I0638976

तू लिही कविता

दिलीपराज प्रकाशन प्रा. लि.™

२५१ क, शनिवार पेठ, पुणे - ४११०३०.

दिलीपराज प्रकाशनाची सर्व पुस्तके आता आपण Online खरेदी करू शकता.

आमच्या Website ला कृपया एकदा अवश्य भेट द्या अथवा Email करा.

Email - diliprajprakashan@yahoo.in

www.diliprajprakashan.in

तुम लिखो कविता

दामोदर खडसे

मराठी अनुवाद

तू लिही कविता

आसावरी काकडे

दिलीपराज प्रकाशन प्रा. लि.™

२५१ क, शनिवार पेठ, पुणे - ४११ ०३०.

तू लिही कविता / Tu lihee kavita

ISBN : 978 - 93 - 5117 - 035 - 8

प्रकाशक : राजीव दत्तात्रय बर्वे । मॅनेजिंग डायरेक्टर
दिलीपराज प्रकाशन प्रा. लि.
२५१क, शनिवार पेठ, पुणे ४११०३०.
दूरध्वनी – २४४९५३१४, २४४८३९९५,
२४४७१७२३ (सर्व फॅक्ससहित)

© प्रकाशकाधीन

आसावरी काकडे
सेतू, डी १/३, स्टेट बँक नगर,
कर्वेनगर, पुणे ४११ ०५२.
फोन – ९४२१६७८४८० / ९७६२२०९०२८
Email- asavarikakade@gmail.com

प्रकाशन दिनांक : १५ फेब्रुवारी २०१५

प्रकाशन क्रमांक : २१८८

मुद्रक : Repro India Ltd,
       Mumbai.

टाईपसेटिंग
सौ. मधुमिता राजीव बर्वे । पितृछाया मुद्रणालय,
९०९, रविवार पेठ, पुणे ४११००२.

मुद्रितशोधन : एस. एम. जोशी

मुखपृष्ठ छायाचित्र : कुणाल खडसे

वायपिन द्वीप ते एर्नाकुलम
या सायंकालीन
समुद्रप्रवासाला

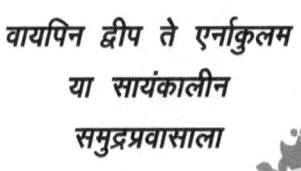

प्रस्तावना...

या कवितासंग्रहातील कविता वाचून लक्षात येतं की, दामोदर खडसे हे एक अत्यंत संवेदनशील कवी आहेत. रूढ अर्थाने हा अनेक कविता असलेला एक संग्रह नाही, तर ही एक दीर्घ आणि भव्य अशी 'प्रेमकविता' आहे. ही कविता म्हणजे कवितेसाठी कठीण असलेल्या या काळात एक असं आव्हान आहे, ज्यात कविता जपण्याचं आमंत्रण आहे. संपूर्ण सृष्टीला केलेली ही एक अद्भुत प्रेमप्रार्थना आहे. जीवनातील घटना... वस्तू... मूल्यं... यांना साद घातलीय या कवितेत. मानवी नात्यांतील दुर्मिळ ओलाव्यात बुडालेली ही कविता आपल्या अंतरंगांत स्वर, संगीत, रंग, ध्वनी, रूप आणि मौन धारण करण्याचा सार्थ प्रयत्न करते. 'तू लिही कविता' ही पहिली ओळ प्रतिमारूपात पुन: पुन्हा सूचित करत राहते की, कविताच जीवन वाचवू शकते...!

हे सांगायची गरज नाही की, कवी आजच्या हिंसक व मूल्यहीन काळाला सामोरं जात कवितेत प्रेम स्थापित करण्याचा प्रयत्न अशा रीतीनं करत असतो की— हे जग पुन्हा सुंदर आणि अधिक चांगलं व्हावं. ही पूर्ण कविता जणू काही एक महाकाव्य रचण्याच्या उंबरठ्यावर स्वत: असण्याचं स्वप्न पाहते आहे.

आजच्या समाजाला कवितेची काही आवश्यकता आहे असं दिसत नसताना दामोदर खडसे, ती समाजासाठी एक अपरिहार्य वरदान आहे असं मानत, समाजाची गरज म्हणून कविता सादर करतात. वृक्ष-वेली, नद्या, हवा, सूर्य-चंद्र, तारांगण, आकाश... यांना कवितेत ते अशासाठी आणतात की, त्यांचं एक कवच तयार व्हावं. या कवितेत

कोमल भावना आहेत; त्याचबरोबर जग वाचवण्याची भूमिका निभावू शकतील अशी ही रूपंही आहेत. कवीचा दृढ विश्वास आहे की, 'नीरवता आणि कलरव / मौन आणि उन्मेष यांच्यामधला पूल असते कविता.'

कवितेला 'कवच' आणि 'पूल' बनवण्याची बांधिलकी हेच दामोदर खडसे यांचं उद्दिष्ट आहे. त्यांच्या या भूमिकेत एक धोका आहे. चलती असलेल्या साच्यात घडवलेल्या कवितेहून वेगळी, सगळं काही स्वच्छ-सरळ सांगणारी कविता लिहिण्याची हिम्मत ते करतात. आजच्या काव्यविश्वात अशा कवितेला मान्यता नाही. पण 'कविता ही सत्य आणि स्वप्न यांचा अद्भुत संगम आहे' आणि एक 'प्रतिज्ञापत्र'ही... त्यामुळं ही कविता वाचणं हा वाचकांसाठी एक सुखद अनुभव होऊ शकेल. कवीच्या शब्दांत- 'ज्या दिवशी लिहिली जाते कविता- दिवस दिवाळी होऊन जातो...!'

लीलाधर मंडलोई
हिंदीतील ज्येष्ठ कवी आणि संचालक,
भारतीय ज्ञानपीठ, नवी दिल्ली

मनोगत...

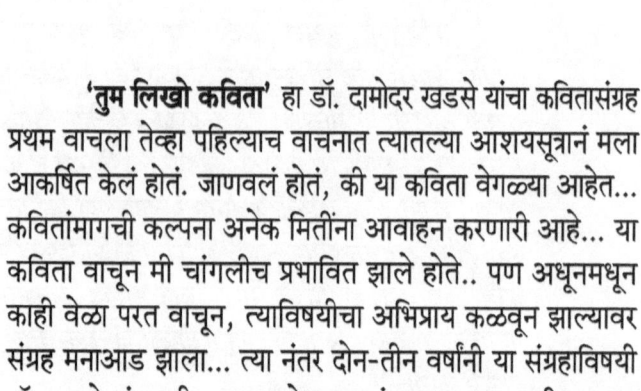

'तुम लिखो कविता' हा डॉ. दामोदर खडसे यांचा कवितासंग्रह प्रथम वाचला तेव्हा पहिल्याच वाचनात त्यातल्या आशयसूत्रानं मला आकर्षित केलं होतं. जाणवलं होतं, की या कविता वेगळ्या आहेत... कवितांमागची कल्पना अनेक मितींना आवाहन करणारी आहे... या कविता वाचून मी चांगलीच प्रभावित झाले होते.. पण अधूनमधून काही वेळा परत वाचून, त्याविषयीचा अभिप्राय कळवून झाल्यावर संग्रह मनाआड झाला... त्या नंतर दोन-तीन वर्षांनी या संग्रहाविषयी डॉ. खडसे यांच्याशी सहज झालेल्या गप्पांमधून त्याचा मराठी अनुवाद मी करावा, असा विचार पुढे झाला. या कल्पनेनं मनात मूळ धरण्यात पुन्हा काही दिवस गेले. अनुवाद करावा असं निश्चित झालं तेव्हा संग्रह पुन्हा वाचायला घेतला.

पहिल्या उत्स्फूर्त वाचनाहून या वेळच्या वाचनात अधिक सजगता आली. अनुवाद करायचा तर आस्वादाच्या पलीकडे जाऊन कवितांचं मर्म समजून घेणं गरजेचं होतं. पुन्हा पुन्हा वाचताना हळूहळू कवितेत शिरण्याची प्रक्रिया सुरू झाली... 'तुम लिखो कविता' या संग्रहातील कवितांमध्ये प्रत्येक कवितेच्या सुरुवातीला, शेवटी आणि मधेमधेही धृवपदासारखी परत परत 'तुम लिखो कविता' ही ओळ आलेली आहे. कवितांच्या गाभ्यात शिरायचं, तर या ओळीतील 'तुम' आणि 'लिखो' असं म्हणणारा 'मैं' यांच्यातलं नातं समजून घेणं महत्त्वाचं आहे, हे प्रकर्षानं जाणवलं. कविता वाचताना हळूहळू हे नातं उलगडत गेलं. जाणवलं, की या कविता म्हणजे एक दीर्घ स्वगत आहे. आत्मसंवाद आहे.

व्यवहारी जगात व्यग्र असलेला 'मी' स्वस्थित 'मी'शी संवाद करतो आहे. जगण्याचे अनुभव घेणारा 'मी' त्या अनुभवावर कवितेतून भाष्य करणाऱ्या 'मी'शी हितगूज करतो आहे, निरखतो आहे त्याचं शब्दांमध्ये उतरणं आणि प्रकटलेल्या शब्दांमध्ये स्वतःचं प्रतिबिंबित होणं!... असंही जाणवलं की हा संवाद फक्त व्यक्तीरूपातील 'मी'शी नाही, तर समष्टीरूपात विस्तारलेल्या 'मी'शीही चाललेला आहे... या आत्मसवांदात दोन्हीतला एक 'मी', 'तू' होतो. ही पूर्ण आंतरिक प्रक्रिया... संवादापुरते दोन झालेले 'मी' आपल्या भूमिका बदलत राहातात. त्याच्यातलं निरखणारं कोण?, अनुभवणारं कोण?, लिही म्हणणारं कोण? आणि लिहिणारं कोण? हे बौद्धिक आकलन कवितेच्या आस्वादात व्यत्यय आणू शकेल... पण या दोघांमधलं नातं उलगडण्याला, कवितेच्या गाभ्यापर्यंत पोहोचायला त्याचा उपयोग होऊ शकतो.

कविता लिहिता लिहिता कवितेची निर्मितीप्रक्रिया उलगडत जाते. कवितेचं सामर्थ्य लक्षात येत जातं. हेही उमगत जातं, की कविता हे एक स्वशोधाचं प्रभावी साधन आहे. अनुभवांचं शब्दांकन करता करता आपण आपल्याला उमगत जातो... 'तुम लिखो कविता' मधल्या कविता वेगवेगळ्या स्तरावरचं हे 'उमगणं'च अभिव्यक्त करतात. जे फक्त कळतं पण सांगता येत नाही असं हे कळणं आहे. ते शब्दबद्ध करणं सोपं नाही. कविता हाच या कवितांचा स्वसंवेद्य असा विषय आहे. त्यावर पूर्ण एक कवितासंग्रह लिहिणं अवघड आणि दुर्मीळ आहे... या कवितांची अभिव्यक्ती सुंदर आणि मर्मस्पर्शी अशी आहे...

प्रत्यक्ष अनुवाद करताना, परत परत परिष्करण करताना कवितांशी पुरेसं अनुसंधान साधलं गेलं, तेव्हा जाणवलं की या कवितांमधल्या 'मी-तू'च्या नात्याचं परिमाण बदलत गेलं आहे... यातला 'मी', 'तू'सह विशिष्टतेचा परीघ ओलांडत राहातो. भोवतालाचं उत्कट भान असल्यामुळे त्याचा 'परीघ' विस्तारत राहातो... 'मी' केवळ अलिप्त निरीक्षण करत नाहीय... तो जगतोय असंख्यांमधला एक होऊन. तो अनुभवतोय नात्यांमधली गुंतागुंत, निसर्गाचे विभ्रम, आयुष्याला लगडलेली सर्व स्तरांवरची गर्दी... आणि यातून वाट्याला येणारी सुख-दुःखं...! 'तू लिही कविता' असं म्हणत, हे सगळं 'तू'ला सांगता सांगता या सांगण्याचीच कविता होऊन जाते! हे 'कविता-दृश्य' टिपणाऱ्या कॅमेऱ्याच्या भूमिकेतला निवेदक कधी दुरून पाहतोय ही 'निर्मिती प्रक्रिया', तर कधी तिचा भाग होऊन जातोय... या कविता म्हणजे दृश्य, द्रष्टा आणि या दोघांना जोडणारी 'पाहाणं' अनुभवण्याची प्रक्रिया या तिन्ही भूमिकांमधल्या 'मी'चा अद्भुत खेळ आहे... या खेळात इतक्या मिती सामावलेल्या आहेत की दर मितीनुसार कवितांतील शब्दांचे अर्थ बदलत... विस्तारत

राहू शकतात.

या साऱ्याचा प्रत्यय देणाऱ्या मूळ हिंदी कवितांची काही उदाहरणं–

- *'तुम लिखो कविता / और मैं देखूँ / तुम्हारी अंगुलियों में / एक बेचैन कलम / मैं देखूँ / शब्दों में नहाई पुतलियाँ / आँखों में बहुत गहरे / अर्थों की कतारें / माथे पर उठती / सागरी-सी हिलोरें... / तुम लिखो कविता / और मैं देखूँ तुम्हें / कविता में बदलते हुए!' (१०)*

- *'कविता खिड़की है यात्रा की / तुम हो जाओ द्रष्टा / और मैं / यात्रा का गुजरा हुआ दृश्य... / आनेवाला दृश्य भी मैं ही होऊँ / तुम लिखो कविता!' (२५)*

- *'कविता लिपट जाती है / अनुभवों में / सदानीरा लता की तरह / तुम भले रहो / निर्विकार, स्तब्ध या ध्यानस्थ / पेड़ की तरह / बेल लिपट जाती है ताउम्र / पेड़ छूता रहता है आकाश / बेल की जड़े पेड़ की जड़ों में / रिश्ते बोती हैं...' (७४)*

- *'तुम लिखो कविता... / कविता जब आती है बाहर तुम्हारे / लगता मेरा ही प्रतिबिंब / बना रहे हो तुम / अपने को साकार होते देखना / कितना रोमांच भरा होता है!' (६८)*

- *'कविता में मौन / शब्दों में कोलाहल / वाक्यों में हकलाहट / अंतरतम का उद्घाटन है / किसी भोर की आहट है यह...' (९४)*

- *'कविता खोजती हैं सतत् / आदमी में एक नया आदमी / आदमी की हर परत से / कविता लेती है एक नई गंध / कविता ऊबती नहीं कभी / आदमी के किसी नए भीतरी उद्घाटन से...' (१०३)*

- *'कविता ऊर्जा बन / करती है कायाकल्प उम्र का / कविता अंग-प्रत्यंग में बसकर / आस्था बन उभरती है / ईश्वर के अहसास की तरह...' (९९)*

- *'कविता स्मृतियाँ है अनंत / कविता हर पाठ में / एक नए उत्सव का उद्गम है...!' (११४)*

अशी आणखी कितीतरी उदाहरणं देता येण्यासारखी आहेत...!

कवितेचा अनुवाद करताना कवितेचं आकलन ही सर्वांत महत्त्वाची पहिली पायरी असते. अनुवादकाची आस्वादक्षमता, आकलनक्षमता आणि कवितेकडे,

एकूण आयुष्याकडे बघण्याचा दृष्टिकोन हे सर्व घटक या आकलनाचा स्तर ठरवणारे असतात. कवितासंग्रहाची प्रस्तावना, मनोगत, अर्पण-पत्रिका... अशा गोष्टींही कविता उमगण्याला साहाय्य करू शकतात... 'तुम लिखो कविता' या संग्रहाबद्दल फ्लॅपवरील मजकुरात ज्येष्ठ कवी श्री. लीलाधर मंडलोई यांनी म्हटलं आहे- ''यह एक लम्बी व भव्य प्रेम कविता है। इस कविता में समूची सृष्टि के प्रति अद्भुत प्रेम प्रार्थनाओं की दीर्घ शृंखला है जिसमें तमाम तत्त्वों, वस्तुओं, प्रसंगों और जीवन के आयामों को पुकारा गया है... इसकी प्रथम पंक्ति- 'तुम लिखो कविता' के सम्बोधन शिल्प में एक दीर्घ मनुहार है कि कविता में ही सम्भव है जीवन को बचा पाना!...'' या संग्रहाची अर्पणपत्रिका आहे 'वायपिन द्वीप से एरनाकुलम की समुद्री संध्या-यात्रा को...' कवितांच्या आकलनासाठी अशा गोष्टीतून मिळणाऱ्या दिग्दर्शनाचा आधार किती घ्यायचा, घ्यायचा की नाही, की थेट कवितांनाच भिडायचं आणि पूर्णत: स्वत:च्या आकलन क्षमतेवर विसंबायचं?

अनुवाद-प्रक्रियेत निर्माण होणाऱ्या अशा प्रश्नांमधून अनुवादाविषयीची समज घडत राहाते... हा अनुवाद करताना असाही विचार मनात आला, की अनुवादकाच्या 'आकलना'नुसार अनुवादाचं शब्दांकन बदलू शकेल का? किती प्रमाणात बदलेल? कारण मूळ कवितेनं दिलेल्या शब्दांच्या ढाच्यातच अनुवादित कवितेची इमारत उभी करावी लागते. एका मर्यादेबाहेर अनुवादक स्वत:च्या शब्दांची निवड करू शकत नाही. मग शब्द साधारण तसेच फक्त त्यामागचं आकलन वेगळं वेगळं असं होईल का?

मात्र कवितेतील 'तू' आणि 'मी' ही सर्वनामं अशी आहेत, की त्या संदर्भातील आकलनानुसारच स्त्रीलिंगी / पुल्लिंगी शब्दयोजना करावी लागते. शिवाय हे आकलन अनुवादित कवितेचं परिमाणच बदलून टाकू शकतं... 'तुम लिखो कविता' या संग्रहातील कवितांच्या अनुवादासंदर्भात हा कळीचा मुद्दा ठरतो...

कवितेचा अनुवाद हा नवनिर्मितीइतकाच वाट पाहायला लावणारा असतो. अनुवाद करायचा ठरवल्यावर मी त्याची सुरुवात करून देणाऱ्या क्षणाची वाट पाहत राहिले... पुन्हा पुन्हा कविता वाचताना तो अचानक केव्हातरी समोर येईल, असा विश्वास होता. एकदा सुरुवात झाली की मग वेळ लागणार नव्हता... पण प्रत्यक्ष अनुवाद करताना एक वेगळीच अडचण समोर आली. या कवितांचं आशयसूत्र मला आवडलं होतं, महत्त्वाचं वाटत होतं आणि परत परत वाचण्यातून मनात रुजू झालं होतं. त्यामुळे अनुवाद करताना अनुवादकाच्या अलिप्त भूमिकेत राहाणं अवघड जात होतं. डॉ. खडसे यांनी सुरुवातीपासूनच मला अनुवादाचं पूर्ण स्वातंत्र्य दिलेलं

होतं. त्यामुळं मूळ अभिव्यक्तीशी आटोकाट प्रयत्नांनी प्रामाणिक राहण्याचं ओझं माझ्यावर नव्हतं. तरी मला मूळ कविता झाकली जाईल इतका स्वैर अनुवाद करायचा नव्हता. मग मूळ अभिव्यक्तीचा पोत कायम ठेवत एका मर्यादित स्वातंत्र्य घेऊन अनुवाद करावा असं ठरवलं... परिष्करणाच्या बऱ्याच टप्प्यांनंतर माझ्या आकलनानुसार सिद्ध झालेला अनुवाद वाचकांसमोर ठेवते आहे. मूळ कवितेसारखा कवितेचा अनुवादही कधी पूर्ण समाधान देत नाही. काही अपुरेपण, असमाधान राहातंच. तसं इथंही ते राहिलेलं आहे...!

या पूर्ण अनुवाद-प्रक्रियेत डॉ. स्मिता दात्ये यांचं प्रत्येक टप्प्यावर मला खूपच सहकार्य मिळालं. त्यामुळे बऱ्याच द्विधा क्षणी शब्दांची निवड विश्वासानं करता आली. डॉ. खडसे यांनी माझ्या अनुवाद-क्षमतेवर विश्वास दाखवत मला अनुवादाचं पूर्ण स्वातंत्र्य दिलं. त्यामुळे मी अनुवादाचा आनंद घेऊ शकले. दिलीपराज प्रकाशनाचे श्री. राजीव बर्वे यांनी हा अनुवाद प्रकाशनासाठी स्वीकारला याचं विशेष समाधान वाटलं.

या सर्वांची मी ऋणी आहे.

-आसावरी काकडे

तू लिही कविता
मी पाहीन मनभरून
लेखणीतून कागदावर उतरलेलं
जीवनाचं मूक राहिलेलं गाणं...
प्रवासात खूप मागे राहिलेलं
एक नाव हरवलेलं वळण
चिंचेच्या झाडावर
काटला गेलेला पतंग
कबुतरांचा थवा
रस्त्यावर उडणारी धूळ...
मागे वळून पाहत अडखळणारी पावलं
हलणारा हात
थोडी जवळीक... बराचसा दुरावा
आत-बाहेर भिरभिरणाऱ्या
डोळ्यांच्या बाहुल्यांमध्ये
केल्या-न केलेल्याची बेचैनी
आत्मघाती घुसमट...
कसा दिग्भ्रमित करू शकेल कोणी
आपलाच आवाज...

तू लिही कविता
आणि मी पाहीन तुझ्या बोटांमध्ये
एक अस्वस्थ लेखणी
पाहीन
शब्दांत न्हाऊन निघालेल्या बाहुल्या
डोळ्यांत खोलवर अर्थांच्या रांगा
कपाळावर उमटणाऱ्या रेषा

सागरलाटांसारख्या
तू लिही कविता
आणि मी पाहीन तुला
कविताच होऊन जाताना...!

✍

तू लिही कविता
मी निरखत राहीन तुला
की कविता कशी उतरते
हृदयातून बोटांपर्यंत...
तू लिही कविता
मला पाहायचंय
तू कसा अनुवादित होऊन जातोस
शब्दांमध्ये
मला पाहून...

तू लिही कविता
मी हरवून जाईन
आपल्या आतल्या एकटेपणात
शरीर-मनाच्या पलीकडल्या
शून्य प्रहरात
उचंबळणाऱ्या भावनांसाठी
तू कशी करतोस याचना शब्दांकडे
आणि शब्द कसे
तू इच्छा व्यक्त करण्याआधीच
तुझ्या बोटांमध्ये गिरकी घेत
लेखणीबद्ध होत जातात
मला पाहायचंय...

तू लिही कविता
मी पाहीन तुला
जणू कुणी टाकतं आहे
एकेक जिजीविषू पाऊल

माझ्या सोबत...
कित्येक माणसं नसतात
रक्ताच्या नात्यातली
पण त्यांची सोबत
जन्मोजन्मीचा दुरावा नाहीसा करते...!

कितीतरी वेळा वाटतं
शब्द तर तुझेच आहेत
कथनात मात्र
वावरतो आहे मीच...!

तू लिही कविता
दूरवर पसरलेल्या शेतांच्या
डोलणाऱ्या पिकांवर...
पाहा एक प्रवास...
भरधाव रेल्वेचा वेग...
स्वप्नांशी संवाद करणारे डोळे...

निरखेन मी तुझ्या संवेदनांचा परीघ...
तुझ्याभोवती घिरट्या घालणाऱ्या
काळ्याभोर ढगांचे गडाडणारे थर
मी ओढून घेईन स्वतःवर
तू रहा ध्यानस्थ
शब्दांना प्राप्त होईल
मला हवा तो अर्थ

तशीही तुझ्या कवितेनं
माझ्याभोवती विणून टाकलीय
एक रेशमी शेकोटी
थंडी आता माझ्याजवळ येण्याआधी थबकते
तू लिही कविता
थंडीच्या रात्री रजईच्या आत
चंद्र जसा गुणगुणतो माझं गाणं...

जसं काही आकाश उचलून ठेवलंय
मस्तकावर कुणी...
शब्दांचे झोके
कळत नाही कधी

बनून जातात उबदार आश्रय...
तू लिही कविता...!

✍

तू लिही कविता
प्रत्येक भेटीवर
नवनव्या संवादांवर
नात्यांच्या गुंतागुंतीवर...
निरोप घेताना एखाद्या रेशमी स्पर्शानं
विणून टाकावी झर्रकन सोनेरी जर
एखाद्या वस्त्रावर... तशी

तू लिही कविता
सहवासाच्या अधीरतेवर...
जवळ असण्याची जाणीव
कधी मौन कधी उत्फुल्ल...
खजिना उघडाच राहतो कितीदा...!
पण अचल विश्वास आहे काळजात
मार्गात आहेत विषधर
नजरेचे तीर
आपल्यावरच नेम धरलेले
पण तू रात्रीचा नाही
फक्त पहाटेचा विचार कर...
तू लिही कविता...

तू लिही कविता
मी पाहीन तुला
कविता लिहिताना...
जणू समुद्रावर कोसळतोय
धुवांधार पाऊस
आणि आपण बसलोय
कागदाच्या नावेमध्ये...
काळ विरघळूनच जातो
आपण समुद्रात असो की नावेत

जो काळ साक्षी असतो
श्वासांना
तो इतिहास असतो
मी पाहीन एक इतिहास अस्पर्श
तू साकार कर त्याला
तू लिही कविता
आणि मी पाहीन तुला
धुवांधार पावसासारखं जगताना

प्रवासातले थांबे
निर्विघ्न पार करत जाणाऱ्या
कागदाच्या नावेवर
लिही तू कविता
आणि मी असावं त्या नावेत
भरतीच्या-ओहोटीच्या मध्यात!
मुसळधार पावसाची
नाही वाटत मला भीती

आपली सोबत असल्यावर
पार करेल नाव
प्रत्येक महासागर
तू लिही फक्त कविता
आणि मी आहे ना
प्रत्येक तहानेसाठी
एक समुद्र तुडुंब भरलेला
आंतरिक माधुर्यासह...!

जेव्हाही पाऊल ठेवशील तू
पावसात धरतीवर
चारी बाजूंनी हिरवे मखमली गालीचे अंथरलेल्या
सृष्टीचा खेळ
मांडत असेल ती निगुतीनं

भिजत्या प्रवासात
कोसळेल आठवणींचा पाऊस...!
एखाद्या सावलीत बसलेलं
निरागस करडू भेटीचं
शोधत असेल आपली वाट
मुसळधार पावसात!
पण करडू तर माझ्या बाहुपाशात आहे
तू आठव सगळ्या गाठीभेटी
आणि लिही कविता
सगळी करडी तुझ्या स्वाधीन करीन मी
तू लिही कविता

वृक्षांचं संगीत
पावसाला जाग आणतं
काळ्या ढगांना उसवत
सूर्य शेकत राहातो
धरतीवरच्या हिरवाईला
आपल्या उबदार किरणांनी
तेव्हा वाटतं
नुकतंच कुणी भेटून गेलंय जिवलगाला
प्रात:कालावर
तू लिही कविता
मी प्रात:काल होऊन जाईन...!

✍

तू लिही कविता
मी पाहीन तुला
कवितेत उतरताना
कवितेत तू अगदी
पारदर्शी होऊन जातोस
तुझा रोम रोम
दुर्बिणीच्या समोर असतो जसा...
आणि तुझ्या अंतरंगात उतरणं
मला खूप आवडतं...
तू लिही कविता...

मंदिराच्या अंगणात
थिरकतात पावलं
जणू काही मीरेची पदंच
उतरून आलीयत जमिनीवर
हात आपसूकच
भजनाचे स्वर रचू लागतात
जणू कंठातून मोकळा होतोय
न आळवलेला राग
तू लिही कविता

कवितेत तू संगीत होतोस
नृत्य होतोस...
मग एखादी मूर्ती
सामावून घेते आत
एक चिरपरिचित आकार
अशा वेळी माणूस कधी राहत नाही एकटा
तू लिही कविता

कविता समीपतेचा शब्दकोश आहे
तू लिही कविता
आणि मी पाहीन तुला
प्रत्येक शब्दासोबत
एका नव्या अर्थासह...!
तू लिही कविता

✍

तू लिही कविता
उफाळून ये आकाशापर्यंत
पौर्णिमेला स्पर्श करण्याची तहान घेऊन
तुझ्यावरच बरसतील थेंब

एखादा कुवार शब्द
कवितेत हरवून जाण्यासाठी
शब्दकोशाशी झटापट करत राहील
धसमुसळेपणानं
तेव्हा मी पाहीन तुला...!

झगमगत्या सोमनाथाच्या सजावटीत
गर्जनेच्या स्वरात
तुला ऐकू येत नसेल
माझं खळखळून हसणं
पण तू लिही कविता
माझे प्रतिध्वनी तुझ्या गर्जनेला
गीतरूप देतील...!

तू लिही कविता
मी होईन पौर्णिमा
तुझे शब्द
खोल स्पर्शांमधून प्राप्त करतील मला
तृप्ती ओलीचिंब ओथंबून ओघळेल...
तू लिही कविता...

तू लिही कविता
सोमनाथाचे वैभव
कधी लुटू शकत नाही कुणी गजनी...
इथून पाहा... शिखरावरून
चंदेरी समुद्र आणि
सोनेरी वाळवंट आहे
काय काय उधळतोय सोमनाथ
बाहू अपुरे पडतायत गोळा करताना
लुटून नेण्याचा अट्टहास
काहीही हिसकावून नेऊ शकत नाही
गवताची काडीसुद्धा कमी होत नाही...

पण दुसरीकडे
प्रत्येक लुटीमध्ये थोडंतरी काही
झिरपतंच आतपर्यंत!
तू उधळून टाक शब्द लेखणी भरभरून
लिही अशी कविता
जणू आपलं सर्वस्व बहाल करून
झगमगतोय कुणी सोमनाथ
पौर्णिमेच्या सागर-किनाऱ्यावर...
तू लिही कविता
मी होऊन जाईन सोमनाथ
तू लिही कविता...!

❐

तू लिही कविता
जसं बहाल करतं कुणी यात्रांना
पाऊस आणि धुकं
ओसंडणारी नदी आणि वितळणारा डोंगर
बोट धरलेली भाताची शेतं
आणि तृप्त जंगल,
आपल्या किनाऱ्यांना न जुमानणारी
बिनधास्त नदी...
हे सारं उतरव तूही आपल्या शब्द-यात्रांमध्ये
बाहेर पड देहातून
कवितेतून प्रवाहित हो...

तू लिही कविता
कविता कधी आटत नाही
नदी कुरवाळते कवितेला
तू नदीला स्पर्श करून पाहा
नदी कशी शब्द शब्द होऊन जाईल
आणि कविता थेंब थेंब...
तू लिही कविता
मी होईन तुझी यात्रा...!

✍

❐

तू लिही कविता
कविता कवच असते
प्रत्येक अशुभासाठी
भिऊ नकोस तू
घनदाट जंगलं, मिट्ट काळोखाला
आजूबाजूला असू देत कितीही हिंस्र डरकाळ्या
किंवा पावलांखाली विषारी फुत्कार
तू भिऊ नकोस

डोकाव आपल्या आत एकाग्र
ज्योति-कलश ओसंडतोय...
बुडव त्यात क्षणभर आपली लेखणी
आणि लिही कविता
सगळ्या अंधारांना कापत
बाणासारखा हजर होईन मी
अंधाऱ्या बोगद्यांमध्येही
प्रकाशात न्हाऊन निघालेल्या
शब्दांच्या पाडसांना गोंजार अनिमिष
लचकत मुरडत नाचू देत ती...
ज्योतीच ज्योती बनून जा तू
मी उजळवीन तुला दरक्षणी अंतर्बाह्य
तू लिही कविता
मी कलश होईन...!

✍

तू लिही कविता
कविता एक सहप्रवास आहे
सोबत आणि सोबती सोबत-सोबत
कविता खिडकी आहे या प्रवासातली
तू हो द्रष्टा
आणि मी
प्रवासात मागे पडलेलं दृश्य
पुढे येणारं दृश्यंही मीच असेन...
तू लिही कविता
पाहा दृश्यं भरधाव वेगात मागे पडणारी...

नकळत तुझ्या खांद्यावर
उतरवून आपला शीण
आयुष्याला मी देऊ शकेन
चैतन्यदायी प्रकाश....
तुझा खांदा
माझी निद्रा
प्रवासात एकमेकांसोबत
सोबतीनं प्रवास
तू लिही कविता द्रष्टा होऊन
मी होईन दृश्य अनिमिष...!

तू लिही कविता
मला माझा गंध फार प्रिय आहे
फूल कधी स्वत:चा गंध चोरत नाही
त्याला कळतही नाही तो...!
तू लिही कविता अशी की
मी दरवळू लागेन
तू धाव सुसाट
आणि मी तुझ्या कस्तुरीनं
घमघमू लागेन

तू लिही कविता
आणि होऊन जा बेभान
तू लिही कविता
आणि मी तुझी कस्तुरी बनेन...!

तू लिही कविता
वाच माझ्या डोळ्यांतील रक्तवर्ण नद्या
या डोळ्यांना मी
ज्वालामुखी होण्यापासून रोखलं आहे
आतला लाव्हा
डोळ्यांतून वाहू दिला आहे...
या डोळ्यांत
समृद्ध वस्त्यांचे अवशेष आहेत
पोळलेल्या स्वप्नांचे नि:श्वास
आणि निखळलेल्या इंद्रधनुष्याचा
भंगलेला विश्वास आहे...
डोकाव तू माझ्या रंगांमध्ये
बुडून तर पाहा कधी क्षणभर...
माझ्या डोळ्यांत
उगवेल नवं चित्र...
तू लिही कविता
मी तुझ्या डोळ्यांतलं
चित्र बनून जाईन...!

तू लिही कविता
धावू नको अस्वस्थ इकडेतिकडे
लिही कविता...
माझ्यापर्यंत पोचण्याचा
सरळ साधा मार्ग आहे कविता
सगळ्यात जवळचा...

कवितेत कधी अडथळे नाहीत
कवितेत कधी विरोध नाही
कविता शोधून काढते मला
माझ्या लौकिक गुंतलेपणातूनही
मी जिथे कुठे असेन
किंवा कुठे नसेनही
किंवा सगळीकडेच असेन थोडा थोडा...
तुझी कविता
शोधून काढते मला नेमकी
तू लिही कविता...!
कविता तुझ्या आत असते निरंतर
तू द्रष्टा होऊन डोकाव आपल्या अंतरंगात
मी होईन दृश्य-कविता...!

तू लिही कविता
मी पाहीन तुला
माझ्या मनाच्या गुंत्यात...
तू लिही कविता
आणि मी पाहीन
कवितेच्या मोहपाशात हरवलेल्या तुला
तू लिही कविता!
जोपर्यंत प्रत्यक्ष समोर दिसत नाही
आणि बनत नाहीस तू साक्षी
आपल्याच प्रतिबिंबांचा!
तू लिही कविता
प्रत्येक प्रतिबिंबात शोध तू
सुखाची सावली
प्रत्येक सावलीत
चिरपरिचित
आकृती पाहून
आश्चर्यानं बहरून ये....
मी आभासातून बाहेर पडत
येऊन बसेन प्रत्यक्ष
तुझ्या अस्तित्वात
आणि पाहीन तुला...
तुझ्या साक्षीरूपात स्वतःला
तू लिही कविता...!

❒

तू लिही कविता
सागरतळात ठाव घेतलेली
एकेक आठवण
बुडबुड्यासारखी येईल पृष्ठभागावर
सगळा समुद्रच मोत्यांनी भरून जाईल
आपलीच आवर्तनं पाहून चकित होत
सृष्टी हरवून जाईल मोत्यांमध्ये
शिंपले मोकळा करून टाकतील अनुभव
पण जेव्हा चकित नजरेनं
काही सांगण्यासाठी तोंड उघडतील
एकेक बुडबुडा आठवणींबरोबर
अमर होऊन जाईल
शिंपल्याच्या आत...

शतकं जेव्हा केव्हा
उघडतील आपले शिंपले
माझ्या शब्दांची
ठेव बनून जाईल
एकेक कविता...!
तू लिही कविता
आणि मी पाहीन
आपल्याच शब्दांना
मोती बनून लपंडाव खेळताना...!

✍

तू लिही कविता
मी मिटून घेईन स्वतःला
तुझ्या बंद पापण्यांत...
तुझ्या उघड्या डोळ्यांत
प्रवेश करणं आव्हान असतं एक
तू लिही कविता
मी प्रार्थनेत... जोडलेल्या हातात
सापडेन स्वतःला
प्रार्थना होऊन जाईन मी
आतुर प्रतीक्षा...

मी पाहीन तुला
कवितेत विराजमान
तू लिही कविता
लिही एक नवी प्रार्थना
मी मूर्ती बनून जाईन
तुझा स्पर्श... गाभाऱ्यासारखा
माझ्या बाहेरही
आणि माझ्या आतही
मला गुणगुणत राहो...!
तू लिही कविता
मी जगू शकेन
आपल्या आत आणि बाहेरही
तू लिही कविता...!

तू लिही कविता
मी विदेही होऊन जाईन
केशरी देह तुझा
अन् मी रंग...
इंद्रधनुषी मनानं
कोणतीच वस्त्रं मग आपला रंग
उतरवू शकणार नाहीत तुझ्यावर
होणार नाही कधी अचानक झोपमोड
न कधी राहील अर्धवट स्वप्न अनाथ...!

तू लिही कविता
मी होऊन जाईन
तुझं पहाट-स्वप्न डोळाभर
तू लिही कविता
तुझी कविता पूल बनो
माझ्या दिवस आणि रात्रींमधला
तू लिही कविता
अख्खा काळच
एक दीर्घ कविता होऊन जाऊ दे...!

तू लिही कविता
सरोवरानं चूपचाप गोळा केलाय
चांदण्यांचा एकेक कण...!
तू लिही कविता
गाढ सोबतीवर!
हातात गुंफलेल्या बोटांनी
असं सरोवर पूर्वी कधीच अनुभवलं नाही
इतक्या तृप्त बोटांमध्ये
चांदण्यांनी पुन्हा तहान जागवली
तिकडे पाहा
सरोवर डोळे मिटून
कशी पिऊन घेतंय ही सोबत...

तू लिही कविता
मी आहे तुझ्या प्रत्येक क्षणात
तुझ्या काळजात घर करून राहिलेल्या
सरोवराच्या स्मृतींसारखा
तू लिही कविता...
जेव्हा थांबेल मन
जागीच खिळून राहतील आठवणी
कुठेही नजर उचलून पाहा
एकाकी नाहीस तू...!

तू लिही कविता
आणि मी बनेन अमिट सोबत
तू लिही कविता
मी तुझी दिशा होईन...!

तू लिही कविता
कविता हाच एक मार्ग आहे
विपरीत ऋतुमानातही
पंखात उडण्याची इच्छा भरण्याचा
तू लिही कविता...

माझे पंख मला पोचवतील
तुझ्यापर्यंत
वादळं आली तरी
कुणीही छाटू शकणार नाही पंख
या जटायूचे...!
प्रत्येक ऋतूत
आषाढातला मुसळधार पाऊसही
पंखांना रोखू शकणार नाही
प्रत्येक शब्द बनेल क्षण
प्रत्येक क्षण शब्द होऊन जाईल!

संवाद सघन होतात
तेव्हा
कसेही असोत
अनुकूलच ठरतात ऋतू
तू लिही कविता
बघ, संवाद पंख बनून गेलेत...!

❒

तू लिही कविता
मग अपुऱ्या गाठीभेटी... संवाद...
होतील पूर्ण कविता
अंतरंग संवाद रचतात कविता
आपण जुनी कात टाकून
कमावतो एक तजेलदार कवच
आतल्या आत...!
कवच असं गूढ
की आतून रक्षण करतं देहाचं
क्रूर वादळातही
सुखरूप पोचवतं घनघोर पावसात
पहाडी नदीपल्याड
नदीचा गढूळपणा
स्पर्शही करू शकत नाही
कवच असतं ना आत...!

सगळं काही पारदर्शी होऊन जातं
तू लिही कविता
मी तुझं कवच बनेन
दुसरं कुणी नाही
मी निरखेन तुला...
तू लिही कविता...!

✍

तू लिही कविता
मी होईन संदेश
हातातला मोबाइल थरथरेल अचानक
जणू काठावर आपल्याच तंद्रीत
उभ्या असलेल्या झाडाच्या डहाळ्या
बेसावध, गलितगात्र होऊन
गळून पडल्यात आपोआप
ध्यानस्थ सरोवरात
तू लिही कविता

सरोवराचे तरंग
काळाच्या आजूबाजूला डोकावत
विरून जातात
भूत-भविष्यात कायमचे...
बऱ्याचदा वाटतं
सरोवराच्या मनात
आतुर संवादाची कुजबुज चालू आहे
संवाद इतका आत्मीय
की सरोवर तरंगवलयांचा विस्तार
पृष्ठभागावरच सोडून
उतरलंय आपल्या अंतरंग कोषात

हे काय?
आतली प्राणप्रतिष्ठा केलेली मूर्ती
आसन सोडून नृत्यमग्न झालीय...!
सरोवराची अथांग खोली

एका नृत्योत्सवात लीन झालीय
तू लिही कविता अशी
की मीच सरोवर होऊन जावं...!
तू लिही कविता...!

तू लिही कविता
मी सर्व काही होईन
शब्द नाही...!
कुजबुजणं गुन्हा,
नजरेला नजरही भिडू शकत नाही...
पण
तू लिही कविता

मी तुझ्या मागून आत डोकावून पाहीन
शब्द कसे धारण करतात माझा चेहरा
आणि बघता बघता
कसे माझ्या डोळ्यांशी बोलू लागतात...
तू लिही कविता...
कोणताही निर्बंध
टिकू शकणार नाही...
तू लिही कविता...

कविता निर्विघ्न, आरपार असते...
खांद्यांना स्पर्श करून पाहा आपल्या
गंधलीन झालीय ती तिथे
तुझ्या स्पर्शानं
ती माझ्यात रूपांतरित होईल
मी गंध बनून
तुझ्यात सामावून जाईन
तू लिही कविता...!

तू लिही कविता
फार उदास आहे ही संध्याकाळ
न पाऊस... न मावळतं ऊन क्षितिजावर
क्षण विझू विझू झालेत
ढग भरून आलेत काठोकाठ...

तू लिही कविता अशी
की कोसळावा धुवांधार पाऊस
धुऊन निघावी आगंतुक धूळ
बहरावं मन आंब्याच्या मोहरासारखं
आठवणी हसू लागाव्यात...

न्हाऊन निघालेल्या वस्तीसारखी
तुझ्या अनुपस्थितीतही
जेव्हा ती स्पर्श करेल शब्दांना
कारंजी उडू लागतील
संगीत दरवळत राहील
संध्याकाळ कोणतीही
होणार नाही उदास
मी रिमझिमत राहीन
तुझ्या आसपास...
तू लिही कविता...!

तू लिही कविता
आकाशातून ओसंडत राहू दे ऊर्जा
धरती लुटत राहू दे सर्वकाही
पक्षी ध्यानस्थ व्हावेत
जमिनीला कुरवाळावं नद्यांनी
सगळीकडे पसरावा
आर्द्रतेचा स्पर्श नात्यांसारखा
तू लिही कविता...!

तुटलेल्या संबंधांचा परीघ
पुसून जावा कायमचा
धरती नव्या निर्मितीत लीन होऊ दे
तू कोसळ मनापासून
तुझा सगळा नीलिमा पिऊन
मी बहरलेली बाग होईन
तू लिही कविता
मी धरती होईन
तू लिही कविता...!

❐

तू लिही कविता
अंधार आहे फार
दिवे वादळांनी घेरलेत
वाटांवर उगवलीयत काटेरी झाडं-झुडपं
नद्या गढूळ होत चालल्यायत
भयंकर आवाजांनी
जखडून ठेवल्यायत साऱ्या दिशा
पूर्ण शहर
एक आंधळं जंगल झालंय
तू लिही कविता

कवितेमुळे काजवे
आंतरिक ओढीनं धावत येतात
त्यांच्यामुळे प्रकाश दिसू लागतो
कविता आणि प्रकाश यांचा संबंध
अनादी कालापासून आहे
माणसाला सावरतो आहे
तू लिही कविता
नात्यांच्या जगात
मी काजवा व्हावं
अंधार आपल्या गुहेत बंद व्हावा

मी अगणित काजव्यांसह
सामावून जाईन तुझ्यात
तू मशाल होऊन जा...!
तू लिही कविता...!
✍

तू लिही कविता
काळ अतिशय मतलबी होतो तेव्हा
आपला भवताल बहिरा करून टाकतो
तू लिही कविता...
आरोह-अवरोहांच्या पदन्यासासाठी
मी आपल्या पूर्ण अस्तित्वाला
रंगमंच बनवीन
स्वर झंकारत राहतील तुझ्याभोवती
तू लिही कविता

रंगमंचावर घुमू दे संगीत
पदन्यास पडू देत स्वरांसह
एखादी तान शतकांना
पार करत
स्वरांमध्ये अवतरित होऊ दे
तू लिही कविता
मी तुझी सतार होईन
मग खोल जाणार नाही कोणताही आवाज
सुनी राहणार नाही कोणतीही वेळ
केवळ संगीत असेल सर्वत्र
छेडलेली सतार असेल
तू लिही कविता...
मी सतार होऊन जाईन...!

तू लिही कविता
आणि मी बघेन
आपल्या चिमुकल्या क्षणांची
इंद्रधनुष्यं होताना
तू लिही कविता
मला पावसाच्या शिडकाव्यात भिजून
इंद्रधनुष्य पाहणं खूऽप आवडतं
तू लिही कविता
तू वाच माझे जडावलेले डोळे
या डोळ्यांत तुला
असंख्य अनुच्चारित कहाण्यांचं
अस्पर्श जग दिसेल
जे वाचू शकत नाही कुणी...

या भूलभुलैयात
फक्त तुला प्रवेश मिळालाय
तू वाचलंस तर
कितीतरी शापित क्षण
पुन्हा सावरले जातील
मलाच अनोळखी
माझे कितीतरी मिटलेले क्षण
उजळून निघतील
सणासुदीच्या सजावटीसारखे...!

मी तुझ्या नजरेत
एक कथा बनून जाईन
तू लिही कविता

आणि वाच माझ्या डोळ्यांत
उमटत... बदलत जाणारी हजारो चित्रं
तू लिही कविता
आणि पाहा तुला
की कविता प्रत्येक चकव्यामधून
कशी काढते एक सरळ, साधा मार्ग...

मी आपल्या डोळ्यांमधली अस्वस्थता
तुझ्या लेखणीच्या स्वाधीन करीन
आणि बनून जाईन एक जिवंत कविता
तू लिही कविता...!

✍

तू लिही कविता
मी काळाच्या बंधनातून
जरासं बाहेर पडून
ऐकू शकेन तुझ्या स्पंदनांमध्ये
स्वत:चा आवाज

कधीकधी काळ
खूप निर्दय, खूप परका असल्यासारखा
अनोळखीपणाचा शाप देऊन
गुहाबंद होऊन जातो
बाहेर पडत नाही कुठे
तुला माहिती आहे
कितीतरी धोके नजरेआड करत
तुझ्यापर्यंतचं अवघड अंतर
पार केलंय मी...!

तुझं मौन... कवितांमध्येही अनुभवून
माझे कान सुन्न झालेत
तू हे पाहू नकोस की
माझी नजर
काय शोधतेय
तू हे समजून घे की
तुझ्या शब्दांसाठी
किती अस्वस्थ आहे ती
तू लिही कविता...

मला माझा आवाज
मला माझे शब्द...
मला माझा वर्तमान मिळेल
तू लिही कविता
मी तुझा वर्तमान होईन...!
तू लिही कविता...!

तू लिही कविता
की डोळे मिटून स्वीकारतेय मन
प्रत्येक शब्द
पाहा ना
कशी आपण त्या दिवशी
आपापसात
बदलून घेतली होती
आपली विधिलिखितं...

तसंही
कुणाला कळतं आपलं भाग्य?
पण नाही कसं?
माझं स्वत:चं भाग्य उजळतंय
तू लिही कविता
मी तुझं अहोभाग्य बनून जाईन
तू लिही कविता...!

तू लिही कविता
ओंजळभर मोगऱ्यासारख्या कविता
माझ्या समोरून जाव्यात
आणि मी विस्मृतीपर्यंत पोचावं
तापलेली भरदुपार
आणि निसटत्या काळाला
सुगंधित करता यावं मला
तू लिही कविता
माझा थरथरता वर्तमान
मला ओळखू शकेल
भूतकाळाचं ओझं उतरवून मी
तुझ्या शब्द-मोगऱ्याकडे पाहात राहावं
तू लिही कविता
मी मोगरा होऊन जाईन...!
तू लिही कविता...

तू लिही कविता
मी पाहीन तुला
कवितेत पूर्णपणे बुडालेलं
काठोकाठ भरलेला काळ
तुझ्यात श्वास घेईल
आणि जेव्हा दरवळेल सर्वदूर
माझ्या बंदिवान वर्तमानाला
मिळेत एक खिडकी
मी विनासायास
तुझ्या कवितांच्या हेलकाव्यांमध्ये
विसरून जाईन
एकेका क्षणासाठी व्याकूळ झालेल्या
माझ्या वर्तमानाला...!

खरंच
क्षण जेव्हा दरवळत येतात
कितीही नाइलाज असला तरी
वर्तमान हरवूनच जातो त्या क्षणांमध्ये
प्रत्येक क्षणाची कविता व्हावी
तू लिही कविता
मी तुझा क्षण-शब्द होईन
तू लिही कविता...!

तू लिही कविता
नीरवता आणि कलरव यांच्यामधला
मौन आणि उन्मेष यांच्यामधला
पूल असते कविता

कविता दाटून आलेल्या गळ्याला
होळीचा जल्लोष बहाल करते
गतकालाला
त्याचा इतिहास प्रदान करते
नात्यांच्या भरते कविता
स्निग्धता रखरखाटात
कविता उजाड रात्रीत
सुंदर स्वप्नांसारखी कल्पना होऊन
नि:शब्दात उतरते
आणि जत्रेत अचानक झालेल्या
स्नेहल भेटीसारखी
पसरून राहते अस्तित्वभर
गर्दीत एक दिवस अशीच
तुझी भेट घडवली कवितेनं

तू लिही कविता
मी तुझं अस्तित्व होऊन जाईन...!
तू लिही कविता...

❐

तू लिही कविता
मी प्रतीक्षा होईन
प्रतीक्षा कधी निष्फळ ठरत नाही
प्रतीक्षा कधी सफळही होत नाही
प्रतीक्षा केवळ प्रतीक्षा असते

एखाद्याच्या अनुपस्थितीत
सघन उपस्थिती असते प्रतीक्षा
क्षणाक्षणात कणाकणात
सर्वांग उपस्थिती...!

आत-बाहेर एक आकृती
भयंकर गर्दीमध्ये
पूर्ण अस्तित्वालाच डोळ्यात सामावून घेऊन
हृद्स्पंदनं गोळा करते
दूरचे, जवळचे कितीतरी चेहरे
एकमेकांत मिसळून जातात
नजरेचा दोष नाही यात
मन स्वत:ला हवं तेच पाहण्याची
इच्छा धरतं...
अधिक उत्कट असतो
प्रतीक्षेतला अमूर्त सहवास
तू लिही कविता
मी बनून जाईन तुझी प्रतीक्षा...!

✍

तू लिही कविता
आणि मी पाहीन
विस्मरणात विरलेले संदर्भ
नव्या घटनांचे साक्षी कसे होतात
आठवणी कशा धावत येतात
चुंबकासारख्या लेखणीच्या टोकाशी
तू कसं सोडतोस शब्दांचं गाठोडं
आणि शब्द कसे
स्वयंशिस्तीनं प्रेरित होऊन
उकलू लागतात
भूतकाळाचा एकेक थर

तू लिही कविता
मला माहीत आहे
कविता कशी चिरायु होते ते
मीही सदा समकालीन होऊन जाईन...
तू लिही कविता...

✍🏻

तू लिही कविता
आणि मी पाहीन तुला
नात्यांचं गाठोडं सोडताना
त्याच समुद्रकिनाऱ्यावर
जिथे तू आता चुकूनही जात नाहीस
पण किनाऱ्यांना कवेत घेत
पावसाळी नदीसारखा
समुद्र पाठलाग करतो तुझा
तू त्यांच्या गढूळलेपणावर जाऊ नकोस...
हुंदके जेव्हा
डोळ्यांतून पाझरू लागतात ना
तेव्हा त्यांचा आवेग
उत्कटतेला रोखू शकत नाही
आवेग आणि आतली उत्कटता
यांचं नातं समुद्र चांगलंच जाणतो

मला माहीत आहे
नात्यांचं गाठोडं तुझ्या खांद्यावर
आजही दिमाख दाखवतंय
बघ
समुद्रकिनारा
नदी होऊन जगतोय तुझं असणं
तू निश्चिंत रहा
नाती आपला मार्ग शोधतील
तू लिही कविता
मी होईन तुझं प्रत्येक नातं
तू लिही कविता...

तू लिही कविता
कविता निथळत राहू दे निरंतर
पावसाच्या थेंबांसारखी
मी होईन साक्षी
एखाद्या वस्तीसारखा
तू लिही कविता...

या वस्तीत पावसाचं पाणी
डोंगरांच्या कुशीतून खळाळत येतं
सांगणं कठीण होऊन बसतं
डोंगर कधी ढगांच्या कुशीत शिरतो
केव्हा बरसतो पाऊस त्यावर
कधी हसतो तो खळखळून
वस्तीवरून काही दिसत नाही
पावसाळ्यात...

तू लिही कविता
कवितेत रोज बदलतात ऋतू
मुसळधार पाऊस झाला
तरी डोंगर राहतो कोरडा ठक्क
कडाक्याच्या थंडीत आतून तापतो
उन्हाळ्यात वस्तीला
होरपळू देत नाही डोंगर...
मी ऋतूंना अनुरूप होत राहीन
तू लिही कविता...

तू लिही कविता
कविता वीण असते
नात्यांच्या धाग्यांची
तू वीण कविता
मी रेशीमधागे बनून जाईन
तू वीण नातं
मी कविता होऊन जाईन
कवितेत नातं
एकतर्फी पण दुतर्फी पण
कवितेची वीण
जळू शकत नाही
की विरघळू शकत नाही
कितीही उधळा शब्द
धागा पिऊन टाकतो वीण
कविता होऊन जातो...!

तू अनुभव एखादं नातं
गुंफुन घे रेशमी धागे
तू लिही कविता
मी तुझी वीण होऊन जाईन...!

तू लिही कविता
डायरीची पानं जेव्हा संपत येतात
स्मृतीच्या जमिनीत असंख्य बीजं पेरतात
प्रत्येक शब्दाला
आधाराची अंतिम काडी मानून
बुडता बुडता वर येण्याचा
निकराचा प्रयत्न करतात...
प्रत्येक पृष्ठ त्यांचा शेवटचा जन्म
ज्यात मागचं काही स्मरत नाही त्यांना
म्हणूनच या आयुष्यातला
एकेक क्षण जतन करू पाहाते डायरी

आयुष्याचं कोणतं पान शेवटचं असेल
कुणालाच माहीत नाही
आठवणींची डायरी केव्हा कुठे
हरवून जाईल
नाही माहीत कुणाला
म्हणून तू लिही कविता
मी स्मृती बनून जाईन तुझी
तू लिही कविता...
तू लिही कविता!!...

तू लिही कविता
कविता साद आहे...
तुझ्या नुसत्या आवाजानंच
माझं पूर्ण शरीर
सतार बनून जातं
स्पर्शानं झंकारतो माझा
वर्तमान आणि भविष्यही
स्मृती दाटून येताच
दरवळू लागते प्रत्येक पहाट
तू लिही कविता
पहाटेच्या दवांवर
तू लिही कविता
खोल श्वासावर
तू लिही कविता
अस्वस्थ नजरांच्या शोधक भिरभिरण्यावर
तू लिही कविता
मी झंकारला जाईन
सतारीसारखा
तू स्पर्श कर कवितेला
मी स्पर्श होऊन जाईन
तू लिही कविता...

□

तू लिही कविता
कविता थांबलेल्या काळाची
हाक आहे
कविता अस्फुट हाकांचा
स्फुट प्रतिध्वनी आहे...

कविता प्रतिध्वनींना
अर्पण करते सार्थ शब्द
शब्दच तर संवाद आहेत
ते रुजवतात
काळाच्या थांबलेपणात
कलरव, गती, सूर-ताल
तू लिही कविता
मला प्रवाही होणं
फार आवडतं...!
तू लिही कविता...

✍

तू लिही कविता
कविता असतात
स्वर-तरंग काळजातले
निष्फळ ठरतात जेव्हा
सगळे बाह्य उपचार...
पत्रं जेव्हा पत्त्यांच्या शोधात असतात
सूर जेव्हा निराश होतात सतारीकडून
ओळखी हरवून जातात जेव्हा
अनोळखी गर्दीच्या वेढ्यांमध्ये
तू लिही कविता...

कविता म्हणजे गाठीभेटी, निरंतरता
कविता डायरीत अवतरून
कबूतर बनतात
मेघदूत होतात...
कविता जे नाहीय
त्याचा आविष्कार असतात
तू लिही कविता
मला मिळेल मला हवं ते
तू लिही कविता...

तू लिही कविता
जेव्हा तुला वाटेल की
तुझे महामार्ग धुक्यात हरवून गेलेत
जेव्हा तुला वाटेल की
तुझा स्वत:चा वर्तमान
स्मृतीत जाऊ इच्छितोय
जेव्हा तुला वाटेल की
इच्छित स्थळी पोहोचूनही
प्रवासाचा थरार नाही
जेव्हा तुला वाटेल की
आयुष्य थांबल्यासारखं झालंय
तू लिही कविता...

कविता निर्झरासारखी
वाहतेय तुझ्या आत
कविता देते प्रकाशकिरण
प्रत्येक अंधाऱ्या खोलीला
कविता जिवंत करते स्मृतींना
काळ फक्त वर्तमानाला साक्षी असतो
तू लिही कविता...
मी तुझा वर्तमान आहे...!
तू लिही कविता...

तू लिही कविता
कविता मला
भरधाव चाकांपासून बचावत
विश्रांती घेण्यासाठी
डोळे भरून तुझ्याच तंद्रीत राहायला
भरपूर वेळ बहाल करते...

कालचक्र
प्रवाहाबरोबर फिरत असतं निरंतर
फक्त कविता
मला तुझ्यापर्यंत खेचून आणते
सगळे सावध करतात मला
प्रवाहाविरुद्ध...

तू लिही कविता...
मी प्रवाह बनून जावं
तू लिही कविता
काळ माझी हाक व्हावा
तू लिही कविता
प्रत्येक कोसळण्याला
मला देता यावेत एक जोडी पंख
तू लिही कविता...

तू लिही कविता
असा विचार नको करूस कधी
की आकांतानं मी साद घातली नाही तुला
असं समजू नकोस कधी की
एखाद्या गाफील क्षणी
भरचौकात हरवून टाकलंय मी तुझं प्रतिबिंब!
तुला क्षणभर जरी कुठं ठेवलं मी
तर माझ्या आत
उगवून येतं एक रोरावतं जंगल
अशा वेळी तुला साद घातल्यावर
किती सुरक्षित वाटतं...
विनासायास कवितेचं वलय
माझ्याभोवती विणू लागतं
एक परिचित प्रतिमा
त्या जंगलातही मला
ओळखीची आकृती भारून टाकते बिनदिक्कत
आपल्या माथ्यावरील
आठवणींच्या स्पर्शाची अनुभूती
मी कसा विसरू?
तू लिही कविता
मी वाचेन ती
अनुभूतींना जवळ घेत....
तू लिही कविता...!

तू लिही कविता
रोज सकाळी उगवणाऱ्या सूर्यासोबत
धरतीवर उगवतात कविता
सर्व काही तेच- माणसं... वस्त्या... आकाश...
पण दूर कुठंतरी एक अंकुर नवा आहे
खळाळतं हास्य
पहिल्यांदाच घुमतं आहे घरभर
शेतं भरात आहेत
पहिल्यांदाच तरारलीयत...
या पावसाळ्यात
पूर्वज नदी पहिल्यांदाच
भरून ओसंडते आहे

प्रत्येक दंवबिंदू
प्रत्येक पहाटे पहिल्यांदाच अनुभवतो
आपलं अस्तित्व
आणि सूर्य उगवताच
विरघळून जातो
अशा सकाळी जाग येताच
आत आत बहरून येतं काहीतरी
प्रत्येकवेळी, पहिल्यांदाच...

तू लिही कविता
आणि भारून टाक माझी सकाळ
जे दिसत नाही उजेडात
कवितेत साक्षात साकारतं

तू लिही कविता...
माझ्या प्रात:कालीन दृश्यांवर...!
तू लिही कविता..

✍

❐

तू लिही कविता
कविता कंटाळत नाही कुणाला
नात्यांसारखी....
कविता पारदर्शी असते
नात्यांच्या मुळांशी ती
समजुतीचे धागे जोडून ठेवते
कविता विसर्जित होऊन
भेगा बुजवून टाकते
मातृत्वानं ओतप्रोत कविता
अंधाराच्या गर्भातून
अस्पर्श उजेड खेचून आणते...
तू लिही कविता...

कविता भाव-भारित
नात्यांशी एकरूप होऊन जाते
कविता हाकेच्या अंतरावर
चिमुकलं अवकाश निर्माण करून
एकटक निरखत राहाते
अनाहूत नात्यांना...
नाती जेव्हा व्यवहारी होऊन जातात
कविता पूर्ण शरीरभर
भावुकता पेरून टाकते
प्रत्येक तडफडीला संतुलन बहाल करून
नृत्य बनवून टाकते कविता...
तू लिही कविता...!

✍

❐

तू लिही कविता
कविता जेव्हा बाहेर पडते तुझ्यातून
वाटतं माझीच प्रतिमा
चितारतो आहेस तू
स्वत:ला साकार होताना पाहणं
किती रोमांचित करणारं असतं!

मलाच माहीत नसलेले, मीही न पाहिलेले
माझे रंग
तुझ्या कवितेत उतरतात
तेव्हा स्वत:चीच ओळख होऊन
प्रत्येक वेळी नव्या क्षितिजावर
दरवळू लागतो मी
कदाचित तुला नाही माहीत...!

तू लिही कविता
मी पाहीन तुझ्या आत
अगणित रंगछटा...

मला आश्चर्य वाटतं
माझ्या चेहऱ्याची किती रूपं
तुझ्या शब्दांमध्ये
मिसळून जातात एकमेकात...
तू लिही कविता...!

✍

तू लिही कविता
जोपर्यंत मी कवितेत असतो
पूर्णतेची प्रचिती मला स्पर्शत राहाते
कवितेच्या बाहेर पडताच
शरपंजर जमिनीवरचे
आपल्या प्रतिमांचे तुकडे गोळा करताना
रक्तबंबाळ होणाऱ्या बोटांना समजावणं
किती अवघड होऊन बसतं...
तुझ्या शब्दांमध्ये गुंतलेली बोटं
थरथरू लागतात आणि
प्रत्येक तुकड्याच्या टोकावर
तुझं प्रतिबिंब पाहून
लालेलाल होऊन जातात...
तू लिही कविता
कवितेत टोकदार काट्यांनाही
सामावून घेतात बोटं
कविता, कविता नाही फूल बनून जाते!
तू लिही कविता...

□

तू लिही कविता
प्रत्येक कविता उत्सव आहे एक
आठवणी कधी गतकाल होत नाहीत
कविता त्रिकाल सत्य...
तू लिही कविता
आठवणी त्रिकालिन होऊन जाऊ देत!
प्रत्येक दिवस उत्सव व्हावा
आठवणी
कविता
उत्सव
सगळं एक होऊन जातं
जेव्हा तू कविता लिहितोस...

तू असणार नाहीस
मी असणार नाही
उत्सव तरीही होतील साजरे
कविता प्रत्येक उत्सवात
आठवणींना जाग आणतील
तू लिही कविता
गा उत्सव
वाच आठवणी
तू लिही कविता...!

✍

तू लिही कविता
कविता सत्य आणि स्वप्न यांचा
अद्भुत संगम आहे
प्राप्त न होऊ शकण्याचा
कबुलीजबाबही आहे कविता
कविता सर्वकाही आहे...
मला आठवतंय
एका मंतरलेल्या क्षणी
विचारली होती मी आंतरिक इच्छा
एखाद्या वरदानासारखी नाही
दान म्हणून नाही, दया म्हणून नाही
केवळ विचारायचं म्हणूनही नाही...
म्हटलं ना... मंतरलेल्या क्षणी...
आंतरिक अनाकलनीयतेतून उगवलेली
सहज प्रतिक्रिया होती ती माझी
जशी धरती उधळून टाकते
आपली संपूर्ण ऊर्जा, आपलं सौंदर्य आणि संपत्ती
जे जे असतं जवळ...
बीज, पाणी आणि सूर्यकिरणांनी तुझ्या
बहरलं होतं अंतरंग कमालीचं
पण शब्दांनी केव्हा विचारलं तुला हे सारं
जे मलाही नव्हतं माहीत...

मी निरखलं अगदी बारकाईनं
आत खूप खोलवर
संध्याकाळचा सूर्य
क्षितिजावर लाली पसरून गेला होता

फुलं, जंगलं, नद्या, डोंगर...
संपूर्ण सृष्टीच्या खेळांमध्ये तुझे डोळे बुडून गेले होते
डोळ्यांचं बुडून जाणंच
सगळं काही प्राप्त करण्यासारखं होतं
त्यांच्यात असणं
त्यांच्यात सामावून जाणं होतं
इच्छा आतल्या आणि बाहेरच्या
मनाच्या गल्लीबोळातून बाहेर पडून
शब्दांशी हितगूज करण्याची
अधीरतेनं वाट पाहत होत्या

बीजाला काय बरं माहीत
ते का फुटतंय आतून
पाण्याला कुठं माहीत असतं की
त्याचं वाहणं किती आर्द्रता देत जातं
निर्माण होणाऱ्या ऊर्जेचा
कुठं हिशोब ठेवतं ते...

तू हतबल... पण
तुझ्या कविता काय कमी होत्या
अंतरंगाचं उद्घाटन करण्यात!
तू लिही कविता...!
तुझ्या डोळ्यांच्या कोपऱ्यात
तरळणाऱ्या वस्त्यांमधल्या पाऊलवाटा...
मला माहिती नाही का?
धरती... बीज... इच्छा...
तू लिही कविता...!

✍

तू लिही कविता...
कविता अपूर्ण हस्तलिखितांची
उर्वरित गाथा असते
कविता तुटलेल्या दुव्यांची
स्फुट कहाणी असते
तू देऊ शकत नाहीस
माझ्या अनेक प्रश्नांना उत्तरं
तू कविता लिही
मला मिळतील माझी उत्तरं...!

कवितेत तू
काहीच लपवू शकत नाहीस
तुला वाटत राहातं
की तू बरंच काही राखलंयस अव्यक्त!
कविता अर्थपूर्ण संवादाचं
एक सहज साधं कथन असते
कुणाची ढवळाढवळ नसते त्यात
तू लिही कविता
कविता एक पूर्ण कथन असते
तू लिही कविता...!

✍

❐

तू लिही कविता...
कविता लपेटली जाते
अनुभवांमध्ये
सदाहरित वेलीसारखी...!
तू रहा खुशाल
निर्विकार, स्तब्ध किंवा ध्यानस्थ
वृक्षासारखा
वेल लपेटलेली राहाते आयुष्यभर
वृक्ष स्पर्शत राहातो आकाश
वेलीची मुळं वृक्षाच्या मुळांशी
नातं जोडतात...!

वेल बहरत राहाते वृक्षानुरूप
वृक्षाच्या भेगा बुजवून टाकते
आपल्या मिठीत...
वाळल्यावरही वेलीला मान्य नसतं
वृक्षाच्या मिठीतून अलग होणं
कविता
घटनानिरपेक्ष स्मृतींचं अमृत
प्राशन करत असते
वेलीसारखं!
तू लिही कविता...!

✍

तू लिही कविता
कविता बुजवून टाकते अंतर
दोघांमधलं
किनारे असोत की माणसं
कविता
थोडं अवकाश निर्माण करून...
संघर्षाच्या मधोमध उभी राहाते
प्रत्येक वेळी प्रत्येकाचं
क्षेम-कुशल इच्छिते कविता...

कविता संवाद आहे– नीरवतेत
कविता उत्तर आहे-संभ्रमांना...
हृदयात जर कविता असेल
एखाद्या प्रश्नाची
हजारो उत्तरं असतील माणसाजवळ...

तू लिही कविता
मुक्याला बोलतं करण्यासाठी
तू लिही कविता
कोलाहल विसरून जाण्यासाठी
तू लिही कविता
अंधारात उजेडासाठी
तू लिही कविता
हृदयांमधला दुरावा मिटवण्यासाठी
तू लिही कविता...!

तू लिही कविता...
कविता थोडंसं अवकाश आहे निसटलेलं
कविता नात्यांमधला
मंद सुगंध आहे
जेव्हा काहीही बोलणं वर्ज्य असेल
तू लिही कविता
कविता प्रत्येक नकार स्वीकारते
कवितेला काही वर्ज्य असत नाही
तू लिही कविता...

कधी वाटतं
भर दुपारी
घनदाट अंधाऱ्या जंगलात भटकावं
कधी वाटतं
सायंकाळच्या संधिप्रकाशात
समुद्राचं चमचमतं संगीत ऐकावं
कधी वाटतं
पिठूर चांदण्या रात्री
कधीच न परतण्यासाठी
अविरत चालत राहावं तुझ्यासोबत

तू लिही कविता
मी तुझी सोबत होईन...!

तू लिही कविता...
कविता प्रत्येक दुरावा
नव्हतासा करून टाकते
दुराव्याचा तो क्षण
विस्मृतीत लुप्त होतो
जेव्हा तो दोन कवितांच्या मध्ये
असण्याच्या भानात येतो...

कविता जीवनात
वाहून आणते
एक अथांग निळा समुद्र
कविता वाहून आणते
गंधित हवा पूर्वेकडून
कविता उभी राहाते आत
अविचल पहाडासारखी
कविता मला नीजभर स्वप्न
आणि
जागत्या डोळ्यांसाठी अंगाई देते
तू लिही कविता...!
कविता
'अन्न-वस्त्र-निवारा'च्या आसपास असते
भाकरी की गुलाब
या वादातलं तथ्य असते कविता
बुद्धी आणि भावना यांच्या
उभ्या-आडव्या धाग्यांमध्ये असते
तू लिही कविता...
सगळी अंतरं मिटवून टाक!
तू लिही कविता...!

तू लिही कविता
एखाद्या हवाई-यात्रेत
कितीही उंचीवर पोचलो मी
तरी गुरुत्वाकर्षण मला दूर होऊ देत नाही...
दुरून कुठून तरी एखादा ढग
आठवण करून देतो मला
झुकलेल्या डोळ्यांची
आणि सूर्योदयाची लाली
माझ्या चेहऱ्यावर पसरू लागते

धरतीची आठवण आणि तिच्यापासून दूर...
या लालीमध्ये मी
आणखी कितीतरी रंग चितारले
ढगांनी स्वत: विस्तारत
असंख्य रूपं दाखवली
तुझ्या अस्तित्वाची
तू लिही ना यावर
एक अशी कविता की मी
कवेत घ्यावं हजारो ढगांना
तुझ्या सर्व मुद्रांसहित...
आपल्या धरतीपासून दूर
पण तिची आठवणसुद्धा
एक कविताच तर असते...
तू लिही कविता...!

तू लिही कविता
पंख जेव्हा जमिनीला टेकतात
उड्डाणाच्या आठवणी सांगून जातात
गती जेव्हा अंतर पार करते
मन ठाव घेतं न पाहिलेल्या भोवऱ्याचा
तू लिही कविता...
जेव्हा व्याकुळता असेल
आत आणि बाहेरही
जेव्हा घबराट पसरली असेल अचानक...!
तू लिही कविता...

कविता
एखाद्या घटनेकडे
असंख्य मितींमधून पाहात असते
तरी
ज्याला जशी हवी
तशीच दिसते कविता
तू लिही कविता...
माझ्या प्रतिबिंबांवरची
मग मी साकार होईन
प्रत्येक आयामामध्ये
आणि पाहीन आपलंच प्रति-प्रतिबिंब
तुझ्या कवितांमध्ये
तू लिही कविता....

तू लिही कविता
जेव्हा तुझा वर्तमान
चाकांखाली चिरडला जात असेल
जेव्हा तुझा आवाज
दहशतीच्या भिंतींमध्ये चिणला जात असेल
गहाण पडत असेल
जेव्हा विचार करणं स्वतःविषयी
तू लिही कविता...

कविता
तुझ्या काळात
तुझी प्रतिमा चितारते
कधी कुणाचं वाईट चिंतत नाही
कविता कवच बनून जाते
तू लिही कविता...!

तू लिही कविता
जेव्हा कुणी बनून जाईल जिवलग
भेटेल कुणी अवचित
तू लिही कविता...

कविता
भेटवते गाभ्यातील 'स्व'ला
कुणी कितीही दूर जावो त्यापासून
अगदी जवळ येऊन
निसटून जावो अकारण
हरवून जावो निराश होऊन....

स्वतःच धारण करो कुणी
बहुरूप्याचं सोंग...
स्वतःला गोळा करून एकत्र
निघून जायचा प्रयत्न करो कुणी
तुझ्यातून बाहेर काढू शकणार नाही स्वतःला
दोघांचं एक होणं
ही आता जुनी गोष्ट झाली
तू एकच, आता
दोन होऊन जातोस खोल... खोलवर
कुणी नाकारू शकत नाही ते कधीही!
तू लिही कविता...
पिऊन घे कविता...
कविता जेव्हा खोलवर आत उतरते,
कविता जेव्हा कुणाची आपली होऊन जाते
तो हजारो डोळ्यांनी पाहातो

सुखांकडे, दुःखाकडे
सुख... दुःख...
सगळं एकाकार करून टाकते कविता
तू लिही कविता...

✍

तू लिही कविता...
कविता प्रत्येक दुरावा
पिऊन टाकते
कविता आपसूक उगवलेल्या रानापासून
रेशमी दूर्वांचं रक्षण करते
मार्ग इतके मनोहर वाटतात की
मधलं अंतर दिसतच नाही नजरेला
कविता स्थल-काल आणि समुद्रांना पार करून
कागद-लेखणीची भेट घडवते
तू लिही कविता...

काळाचं काळं अंतर
नात्यांमध्ये उभं राहातं अचानक
आणि सावध करून जातं...
अंधार पाण्यासारखा
दिसेल त्या प्रत्येक फटीतून आत घुसतो
फक्त कवितेला माहीत असतात
त्याचे गुप्त मार्ग
कविताच जेव्हा असते पहाऱ्यावर
अंधार लुप्त होऊन जातो
सूर्य बचावतो अंधत्वापासून
तू लिही कविता...!

❏

तू लिही कविता...
कविता नृत्य होते
जेव्हा शब्द स्वर-तालावर ठुमकू लागतात
जेव्हा धून मन व्यापून टाकते
जेव्हा तबल्यावरची थाप
हृदयाचे ठोके वाढवते
सतारीचे स्वर
संपूर्ण आयुष्याला
धुंद शहारा बहाल करतात
तेव्हा स्थिर पावलंही
घुंगरांसोबत ठेका धरतात
विश्वाच्या रंगमंचाला लाभते तेव्हा
स्वरांबरोबर थिरकणारी एक नृत्यमुद्रा
डोळ्यांत चमकतात कोवळ्या उन्हाचे रंग
देह, देह नाही
संगीत होऊन जातो
भावमुद्रांचा रिमझिम आविष्कार
प्रेक्षागृहाला सुखद आश्चर्यानं
अवाक् करून टाकतो

जेव्हा नृत्य थांबतं हळूहळू
संगीतही अवरोहांच्या वाटेनं विरत जातं
प्रकाश पसरत जातो प्रेक्षागृहात
तेव्हा टाळ्यांच्या कडकडाटात
असते कविता...!
तू लिही कविता...

✍

तू लिही कविता
जेव्हा तू कवितेत रममाण असतोस
वाटतं कुणीतरी शोषून घेतंय माझा शीण
तुझ्या कवितेच्या स्पर्शानं
जन्मोजन्मीची वेदना निवू लागते
कविता जणू कविता नाही
कुण्या अलौकिक बोटांचा जादुई स्पर्श असते!
बघ ना
तरी क्षणोक्षणी आव्हान देतायत त्या
कधीकधी दबा धरून बसलेल्या लांडग्यासारख्या
तुटून पडतात आतल्या आत
डोळे तरी कुठवर भागवणार तहान
पोळणाऱ्या हातांची
माझ्या आतला समुद्र आटू लागलाय
तू लिही कविता...

मला भीती वाटतेय
की जेव्हा समुद्र आटून जाईल आतला
आठवणी उघड्या पडतील
समुद्राच्या तळाशी पडलेले
असंख्य मुखवटे विरघळून जातील
तू लिही कविता...
समुद्र समुद्रच राहील
सागरतळ, अतीत, मुखवटे,
आठवणींचं अनावरण...?
ओह...! तू लिही कविता...
बस... कविता लिही

तू लिही कविता...
कवितेची चाहूल
तुला अलग करेल वर्तमानापासून
सहवासात विरघळणारा दुरावा
संवादात चाचरू लागेल
डोळ्यांत तरारणाऱ्या
लाल मांजा लावलेल्या दोऱ्यावर
पतंग बनून उडू लागतील माझे शब्द
अशा वेळी
काटला जात नाही कुठलाही पतंग
शब्द-शब्द जोडत राहातात ते
पूर्ण दोरी लाल होऊन जाते
पण काचांचे तुकडे धारदार नाही राहू शकत
सुटत... निसटत राहातात...

व्यक्त-अव्यक्त
शब्दांचे पार पार करून
काळाला मिठीत घेऊ पाहातं जेव्हा मन
मार्गावर पायउतार होऊन तू
चहूकडल्या भिंतींची सर्व दारं उघडून टाक
आत येऊ दे हवा
विसर्जित होऊ दे सगळी कुजबुज...
आणि अनुच्चारित वास्तव
बनून जाऊ दे शिलालेख...

अडखळत क्षितिजाच्या वर यायला
राजी होईल चंद्र

थांबून जाईल काळ
उमलेल तिसरा प्रहर
अर्धवट जागी रात्र गुंगीतल्या स्वप्नांना
आपल्या बाहुपाशात घेऊ बघेल

तेव्हा
तू लिही कविता...!

✍

तू लिही कविता...
प्रवासाची दिशा एकच
पण मार्ग अलग होतात
तरी जेव्हा सोबत अधिक गहिरी होते
तेव्हा
तू लिही कविता...

कवितेत आहेत वाटाच वाटा
तसंही तू जिथे उभा आहेस
तिथेच पोहोचतात सर्व...
जिथे तू उभा राहशील
तिथूनच त्या सुरू होतील...
दिशा तर कुठूनही तुझ्यातच येऊन
विलीन होतात...
जे मंत्रमुग्ध करतं
ते क्षणभंगुरही असतं
हे माहितीये मला
क्षणिक असेलही एखादा क्षण
पण तो नितांत माझा आहे
माझ्या भविष्यावर स्वार होणार तो...
वर्तमानातला माझा प्रत्येक श्वास
पुन्हा पुन्हा सांगतोय
तू लिही कविता....
कविता क्षणभंगुर असत नाही
कविता मंत्रमुग्ध करून टाकते
तू लिहीत रहा अथक...

कविता
अकल्पित ओळख बनून येते
प्रत्येक कविता
एक नवी ओळख असते

तू लिही कविता...
जेव्हा न्याहाळत असतील डोळे
डोळ्यांच्या आरपार
जेव्हा वाचत असेल मन
चेहऱ्याच्या पल्याड
जेव्हा पाहात असेल नजर
जे अंत:करणाला पाहायचं आहे...
तू लिही कविता...
जेव्हा ऐहिक प्रवाहाबरोबर वाहत
कविता गमावू लागेल स्वत्व...
तू लिही कविता...

जेव्हा लेखणीतून अवतरेल
तुझी कविता
मला पाहायचं आहे तिच्यात
तुझ्या डोळ्यांनी
स्वत:चं प्रतिबिंब...!
तू लिही कविता...

तू लिही कविता...
कविता क्षणांचा जन्मदिवस असते
कवितेचा जन्म म्हणजे
क्षणांचं अमरत्व
तू लिही कविता...
ज्या दिवशी तू
लिहू शकणार नाहीस
मी मानेन
की तू जगला आहेस कविता
एखाद्या दिवशी
हाती नाही लागत ती
तेव्हा
आकंठ प्यायलोय मी तुझी कविता

कविता आतली जिज्ञासा
हलवून जागवते
तप्त वाळवंटातलं
ओयासिस असते कविता
तू लिही कविता...

नजरेत घुमणाऱ्या
असंख्य चक्रीवादळांमध्ये
संबंधांच्या जटिलतेत
चूक-बरोबरच्या झंझावातांमध्ये
एक झिरझिरीत पडदा असते कविता
जे हवं तेच येऊ शकतं आत
नको ते बाहेरच राहातं...
तू लिही कविता...!

तू लिही कविता
प्रत्येक क्षण ऊर्जा होऊ दे
विरत जाऊ दे बहिर्मुखता
सान्निध्य स्मृतींमध्ये खोलवर
सुरक्षित राहू दे आजीवन
तू लिही कविता...
कवितेत मौन
शब्दांमध्ये कोलाहल
ओळींमध्ये चाचरणं... हे सारं
खोल आतल्या अमूर्ताचं उद्घाटन आहे
एका पहाटेची चाहूल आहे ही
वाटा असू देत वेगवेगळ्या
पावलं पडू देत एकाच लयीत
आयुष्यातल्या निसटत्या क्षणांना
पकडून ठेवण्याची आस जिवंत राहू दे
मग सगळे विरोधी प्रवाह
आणि निश्चल पहाडसुद्धा
नम्रतेनं वाकून विचारतात गंतव्य

तू लिही कविता...
ओंजळी भरभरून उधळून टाक...
तुझं गंतव्य तुझ्या मुठीत आहे
तू लिही कविता...!

तू लिही कविता
कविता अर्धजागृत
नुकतंच पडलेलं स्वप्न आहे
मोठ्या मोठ्या पाणीदार डोळ्यांत
तरारलेल्या रक्तवाहिन्यांच्या
उगम कथेचं अमूर्त रूप आहे
तू लिही कविता...

डोळ्यांच्या आत
प्राचीन इतिहास आहे
डोळ्यांच्या बाहेर
दर क्षणी
विणले जातायत
सप्तरंगी उभे-आडवे धागे
सतत उमटणाऱ्या भावनांचा कशिदा
भारलेली नजर रेशमी रजईसारखी
नुसत्या बोटांचीच नाही
पुऱ्या आयुष्याचंच गारठलेपण पिऊन टाकते....
तू लिही कविता...
प्राणांमध्ये पसरतेय अलौकिक ऊब
तू लिही कविता...!

कविता
नृत्यमुद्रेतील बोटांच्या
आंतरिक इच्छेला
हातचं न राखता सांगून टाकते सर्व
कविता लपवत नाही काहीच
चेहऱ्यांप्रमाणे
वाद-विवादांनाही जे सांगता येत नाही...
तेसुद्धा सांगू शकते कविता

ऊर्जा मिळेल तिथे
कविता उगवत राहाते
शक्तीचं अक्राळविक्राळ रूपही
पिऊन टाकते ती बिनदिक्कत...
कविता प्रत्येक कथनात
फक्त न्याय देते
तू लिही कविता...

तुझ्या झरणाऱ्या कवितांमध्ये
मीच आहे साक्ष देणारा
आणि मीच न्यायकाटा
तू लिही कविता...!

तू लिही कविता...
कवितेची मिठी
स्पर्शाहून अधिक गाढ आहे
त्यात कधी कसला दुरावा नाही
निरोपाला तर सक्त मनाई आहे
तू लिही कविता...
तुला वाटेल तेव्हा
भरून घे बाहुपाशात
शरदाचं चांदणं...!
जेव्हा ओंजळीत
जपावासा वाटेल
थेंब थेंब मध,
जेव्हा जिवंत स्वप्नांना
तुझं बोट सोडावंसं वाटणार नाही...
पण दुसरीकडे
जेव्हा अंधारे रस्ते
तुला बेवारशी ठरवून हकलून देतील
आणि जादूगार क्षण
जेव्हा तुला बांधून घेऊ पाहतील
आपल्या मखमली मिठीत
तू लिही कविता...
कवितेची मिठी
स्पर्शाहून अधिक गाढ असते
तू लिही कविता...!

तू लिही कविता...
अजब असतो कवितेचा व्यवहार
आयुष्याच्या ऐल-पैल
जावंसं वाटेल तुला जेव्हा
आपल्याच भूतकाळात जा
कविता तुझं बोट धरून
क्षणात तुझं वय कमी करेल
श्वासांची गती
डोळ्यांतील नसा
त्यातील रोमांच
तळहातांची स्निग्धता
कविता शिंपत असते तुझ्या आत...
कायाकल्पासारखं असतं हे सान्निध्य
काळ थांबल्यासारखा होतो
स्थगित होऊन जातात सगळे व्यवहार
तू लिही कविता...
ओंजळीत उगवतोय एक चेहरा
उमलतोय एक विश्वास...!
तू लिही कविता...

तू लिही कविता...
कविता ऊब होऊन
पसरत जाते आत आतपर्यंत
ऊर्जा होऊन
तरुण बनवते आयुष्याला
अंगोपांगात रुजून
श्रद्धा रूपात उगवते आत
ईश्वराच्या प्रचितीसारखी...

कविता एखाद्या स्वार्थी वळणावर
शापित प्रेमासारखा
मागत नाही हिशोब भूतकाळाचा
कविता असते केवळ वर्तमान
भूतकाळ होऊच देत नाही ती
भविष्यालाही झळाळी देऊन
वर्तमानात आणू शकते
कविता
असंख्य भाबड्या माणसांची वसाहत असते
तू लिही कविता...
तू रुजव श्रद्धा
पसरव शब्दांची ऊब
जा आत आतपर्यंत...!
तू लिही कविता...!

तू लिही कविता
कविता हास्यलेकरींच्या मुळाशी
अमृत शिंपते
कविता उचलून घेते अलगद
दुःखाची शाई
एखाद्या टिपकागदासारखी
पोस्टमनप्रमाणे कविता
एकत्रच ठेवते हास्य आणि हुंदके...
खचाखच गर्दींच्या प्रवाहामध्ये
अचानक भरून आले होते डोळे माझे
सावरणं किती कठीण होतं त्या दिवशी
पाऊलवाटही शहारली होती
माझ्या डोळ्यांतली अस्वस्थता पाहून...

कधीकधी छोटासा वाळूकणही
माझ्या आत उठवतो तुफान
डोळेच बनून जातात समुद्रकिनारा
ज्वालामुखी वाहतो मूकपणे
लक्ष विचलित होतं जेव्हा काळ्या अक्षरांवरून
कविता डोळ्यांच्या आसपास
घमघमत राहाते अत्तराच्या फायासारखी
कविते, तू होतीस तर
कुठेतरी माझ्या आसपासच!

तू लिही कविता...
दुःखाच्या शाईला
दे शब्दरूप

शाई शब्द घेऊन पाझरेल
हास्यलकेरींच्या मुळांपर्यंत
तू लिही कविता...

✍

तू लिही कविता...
कवितेत शब्दांना नवा जन्म प्राप्त होतो
अर्थांनाही मिती असतात
निवेदक चेहरा
बनून जातो खट्याळ बहुरूपी
मग अंतरंगात तडतडू लागतात
असंख्य फुलबाज्या
खचाखच गर्दीतही
मन मांडे खाऊ लागतं
सर्व पथ्ये झुगारून...
कविता प्रत्येक बहुरूप्याला
नवा खेळ स्वाधीन करत
अधिक जिवंत करते
तू लिही कविता...!

तू लिही कविता...
कविता टाळत नाही कधी
कुणाची कितीही रूपं येवोत समोर
कविता थांबत नाही कधी
वाटा कितीही लांबत जावोत...

कविता शोधत असते सतत
माणसातलं एक नवं माणूस
माणसाच्या प्रत्येक रूपातून
मिळवते एक नवा गंध
कविता कंटाळत नाही कधी
माणसाच्या अंतरंगातील नवनवीन रूपांचं
उद्घाटन करताना...
कविता हळूच बदलते दर्शनबिंदू
आणि निरखते माणसाला
एका नव्या कोनातून
माणूस तोच
पण आश्चर्य...
या कोनातून किती वेगळा!
कविता पुढे करते
शब्द-स्पर्श-रस-रूप-गंधाची भरली ओंजळ
तू लिही कविता...
कविता तुझंच तर उद्घाटन आहे...!
तू लिही कविता...

तू लिही कविता
ज्या दिवशी लिहिली जाते कविता
दिवस दिवाळी होऊन जातो...!

तू लिही कविता...
मी होऊन जाईन दिवाळी
माझ्या सभोवती
रंगच रंग नवे नवे
जणू आतून कुणी छेड काढून गेलं
कुणी पाहाणार तर नाही
चेहऱ्यावरची लाली...
या आंतरिक खळबळीत
जडावलेत डोळे...

पूर्ण शरीर एक उत्सव
सजलंय आतपर्यंत...!
कविता
बहुरूपी चेहरा शोधून काढते
नजर पाहात राहाते एकटक
कान फटाक्यांचा बहाणा करून
कवितेशिवाय काही ऐकण्याचं टाळतात
तू लिही कविता...
तुझी कविता - माझी दिवाळी...
तू लिही कविता...!

✍

तू लिही कविता...
मी म्हटलं...
तू जेव्हा कवितेत असतोस
तू असतोस केवळ माझा
कविता उभा करते
एक स्वप्नील तट तुझ्याभोवती
कुणी पोहोचू शकत नाही तुझ्यापर्यंत
माझ्याशिवाय...
तू लिही कविता...
माझं अस्तित्व
झाकून टाकतं तुझ्या शब्दांना
मंत्रमुग्ध शब्द
हात बांधून स्तब्ध उभे राहातात
जेव्हा लेखणी फिरते त्यांच्यावरून
भावविभोर होतात ते
आणि आपसूक कविता बनून जातात...

तू निवड शब्द
लिही कविता...
बिलग माझ्या अस्तित्वाला
तट कोसळत नाहीसे होतील
तुझा वर्तमान कविता होऊन जाईल
तू लिही कविता...

तू लिही कविता...
निरोपाचे शब्द
जेव्हा स्तब्ध होतील
शब्दहीन बाहूंना वृक्ष व्हावंसं वाटेल
सांगायचं असेल खूप पण
काळ करेल हातमिळवणी अनाहूताशी...
बाहेरच्या जगानं आतला लाव्हा पाहाण्यापूर्वीच
तू लिही कविता...

कविता प्रत्येक ज्वालामुखीला
पारखून घेत आपलंसं करते
कवितेत सगळे सगेसोयरे असतात
परिचित-अपरिचित... ओळख पटलेले... न पटलेले

कविता एखाद्या वृक्षाला
आपल्या कवेत घेते
तेव्हा नदीला एक
चिरपरिचित प्रवाह मिळून जातो

कवितेपर्यंत पोहोचतात जेव्हा नाती
कुणी निरोप घेत नाही कधी
ओठांवर असतं सदैव शब्द-सृजन
तू लिही कविता...

तू लिही कविता...
उत्तररात्री
लाल झालेल्या डोळ्यांतील
अधीर उत्कटतेला
भिडतात नजरांचे
रंगीबेरंगी पतंग
तेव्हा अर्ध्या रात्रीही
उमलतं
एक मोहक इंद्रधनुष्य
तू लिही कविता...!

तू लिही कविता
मी गोळा करीन तुझा एकेक शब्द
सांभाळून ठेवीन ओंजळीत सगळे
अकालीच अंकुर फुटतील त्यांना माझ्या ओंजळीत
करवाचौथ नसतानाही...

प्रत्येक पान डायरीचं
पौर्णिमेचे चंद्र असंख्य
पायांना फुटतील पंख
कुठं छतावर जायला नको
चंद्र पाहायला
तू लिही कविता...

बघ तुझे शब्द
माती, खत, पाण्याशिवाय
कसे तरारून आलेत
माझ्या ओंजळीत
यांना मी रोज
संध्याकाळच्या संधिप्रकाशासारखं
गोळा करीन
आणि बोलत राहीन त्यांच्याशी
उत्तररात्रीपर्यंत
अंकुर किती टपोरे होत होत
डोलू लागलेयत ओंजळीत...
तू लिही कविता...

तू लिही कविता...
माझं मौन
प्रत्येक शब्दकोशात बोलकं होतं
उद्गार मिळाला नाही तर
टाहो फोडण्यासाठी
माझ्या आत विद्रोह करतात शब्द!
तू लिही कविता...
मी माझे शब्द
हळूहळू विरघळवून टाकीन
तुझ्या कवितांमध्ये
माझ्या मौनालाही तू
माझं साक्षात समोर असणंच समज
दिसू न शकणारे शब्द
आणि ऐकू न येणारे सूर
निरंतर बोलत असतात माझ्याशी...
भर गर्दीत
दुप्पट वेगानं विचारतात प्रश्न
माझ्याजवळ सर्व प्रश्नांची
खरी उत्तरं मिळतील न मिळतील
तू लिही कविता...
अप्राप्य उत्तरांचं नशीब
कवितेत लपलेलं असतं...
तू लिही कविता...

◻

तू लिही कविता
कविता पाण्यासारखी प्रवाही
मिळवते स्वत:ची वाट
कठीण काळातही
जेव्हा श्वास घ्यायलाही नसते सवड
तेव्हाच पिळवणूक करतं कुणी
राजरोसपणे
कधीकधी काळ
तुडवत निघून जातो
कुणाचा वर्तमान
कठोर दृष्टिक्षेप टाकत...
काळ मोठा व्यापारी
लोखंडी दरवाजांवर बसवतो पहारा
लोखंडी पहारेकऱ्यांचा!
संवेदना गोंधळलेल्या
संवाद घाबरलेला
नजरही काही सांगू शकत नाही
शिलाखंडावर
चितपट होऊन आपटते प्रचिती
तेव्हाही कविता उसवून बाहेर काढते
एक मूक कुजबुज
बोटं तर थरथरत असतात
पण काहीही लपवू शकत नाहीत
काळ विरघळेलच ना कधीतरी?
तू लिही कविता...

✍

तू लिही कविता...
कविता दिशाच बदलून टाकते प्रस्थानाची
जीवनाच्या केंद्रस्थानी
असते जेव्हा कविता
तेव्हा प्रत्येक प्रवासाची दिशा
तूच असतोस...
तू लिही कविता...
रेल्वेच्या चाकांमधून निघणारा
छपाक-छक... छपाक-छक आवाज
मनात एक नवीन छंद पेरत जातो
पूर्ण शरीर वाद्य-वृंद....
डोळे मृदंग होऊन जातात!
तू लिही कविता...
गर्दीतून वाट काढणं
बऱ्याचदा सहज जमतं मला
पण मेंदूत शिरलेल्या गर्दीपासून
कसं वाचवू स्वतःला?

तू लिही कविता...
गर्दी पांगेल...
प्रत्येक गंतव्य तू होऊन जा
तू लिही कविता...!

तू लिही कविता
कविता गतीवर स्वार होऊन
गुलाबी थंडीत
न्याहाळते सूर्योदय

नजर कित्येकदा
सूर्याच्या साक्षीनं
हिरव्यागार शेतांवरून
सहज येणाऱ्या आठवणींचं वलय
अनुभवते आपल्यात
आणि कळतही नाही की
खिडकीच्या वर जाणारा सूर्य
आता उघड्या डोळ्यांनी पाहावा
असा नाही राहिला
पण कोण समजावणार पापण्यांना?
तू लिही कविता...
सूर्य फक्त कोवळी किरणं पसरवू दे
तू लिही कविता....
शेतं हिरवीकंच होऊ देत
तू लिही कविता...
मला माझं गंतव्य प्राप्त होऊ दे
तू लिही कविता...

तू लिही कविता...
कविता नृत्य बनून जाते...
जिवलगांच्या उत्सवासारखी
वाद्यांच्या स्वर-तालाबरोबर
मनही नाचू लागलं...!
टिपेवर पोहोचताच संगीताची तान
अचानक डोळ्यांत चमकून जाते
एक अशी कल्पना
की वाद्यं ऐकूच येत नाहीत...
खुललेले चेहरे
हृदयाला स्पर्शू शकत नाहीत
रंगीबेरंगी झगमगीत कपडेही
विचलित करू शकत नाहीत तिला
'काय झालं?'
'काही नाही...!'
मग वाद्य, संगीत, नृत्य, कपडे...
यात रमण्याचे बाह्य उपाय...
आणि
आत कुठंतरी
उत्सव बनून गेलेली 'कल्पना'
तू लिही कविता...

तू लिही कविता...
कविता स्मृती अनंत...
कवितेच्या प्रत्येक वाचनात
एका नव्या उत्सवाचा उगम आहे
जेव्हा कधी जातो आपण
एखाद्या आप्तेष्टाच्या आनंदात
सहभागी व्हायला
तेव्हा ती जागा यज्ञ-भूमी होऊन जाते
यज्ञ-यात्रा...
सर्व प्रकारचं कुतूहल आणि आनंदाच्या शक्यता!
मनाचं नर्तन
आनंद आणि मोहोरा गोळा करण्याचा
आणि सढळ हातांनी लुटण्याचा ऋतू...
चहूकडून
टाळ्यांचा कडकडाट
व्वा!
परतताना
असतो केवळ वर्तमानात
भूत-भविष्य काही नाही
निराकार शून्यात
कविताच तर असते माझ्यासोबत
तू लिही कविता...!

□

तू लिही कविता...
कविता तुला कधी एकटं पडू देणार नाही
हां, एकांत तर मिळवावाच लागेल तुला...
कवितेत
जेव्हा तू असशील एकटा
नीरव, शांत, नि:शब्द
कुणीतरी तर असेलच... विदेही
ज्याच्याशी होत असतो नि:शब्द संवाद अविरत
शब्दांची सळसळ निनादत राहील
तुझ्या कानात निरंतर
मीही असेनच अशावेळी
तुझ्या एकांतासोबत
तू लिही कविता
कवितेचा मार्ग
नक्षत्रांवरून पोहोचतो तुझ्यापर्यंत
तू पोहोचू शकतोस कुठेही
कविताच शिकवते असं विदेही होणं....
तू लिही कविता...
नक्षत्रं तुझी आहेत...!
तू लिही कविता...!

❐

तू लिही कविता...
जेव्हा तू असतोस एकटा
मौनाच्या महावृक्षाखाली...
वृक्षावर पाखरांचा किलबिलाट
पालवी फुटणं
फांद्यांचं झुलणं
काहीच ऐकू येत नाही तुला?
तू मूक आहेस पण वृक्ष नाही
ध्यानस्थ तू आहेस, ज्ञान मिळवशील...
पण मौनाचा महावृक्ष
तुझ्या आतला कोलाहल
साऱ्या जंगलात पसरवतोय
त्या कोलाहलामुळे
वृक्षांमध्ये घबराट पसरलीय
पानगळीसारखे टपटपतायत शब्द
तू थांबव त्यांना
ते तुला भाषा देतील
तू लिही कविता...!

कविता मौन आहे आणि उद्‌गारही
कविता शब्द-चिन्ह आहे आणि चिन्हितही

कविता तूही आहेस, मीही...!
तू लिही कविता...!

✍

❒

तू लिही कविता...
जेव्हा तुला साद घालायची असते कुणाला
अगदी आतून... पोटातून
गुळगुळीत शब्द येतात
अडखळत
जेव्हा तुला द्यावंसं वाटतं
एखादं संबोधन
बदनाम नात्यांची रांग लागते
जेव्हा तुझा आर्त आवाज
होऊ लागतो मुका-बहिरा
तुझे ओठ
पुकारतील बंड तुझ्याविरुद्ध
तू लिही कविता...
कवितेत प्रत्येक शब्द
अस्पर्श असतो
कवितेत नाती
काटेरी कुंपणात बहरत नाहीत
प्रत्येक कंठ कवितेसाठी
आतुर असतो...
तू लिही कविता...
प्रत्येक कातर क्षणावर
तू लिही कविता...!

✍

तू लिही कविता...
कवितेत काळ
सगळे प्रहर आणि पहारेकरी यांनी
भरलेला असतो
चिरडला नाही जात कुणाचा सूर्य...
सकाळ, दुपार, संध्याकाळचा
लिलाव होत नाही कवितेत
कविता सर्व जतन करणं जाणते

माझा सूर्य
अगदी सुरक्षित राहील
तुझ्या कवितेत!
काळाच्या प्रवाहात हल्ली
सूर्य रगडला जातोय अवेळी
सूर्याला माहिती आहे ते
तू लिही कविता...

त्याचं सर्व काही असतं अबाधित
गर्भाशयात
नाहीतर कवितेत
तू लिही कविता...
माझ्या सूर्यासाठी...!

तू लिही कविता...
जेव्हा काळ करकरू लागेल
रात्र आणि दिवसाच्या चाकांखाली
तू लिही कविता...

माझा वर्तमान
सुरक्षितपणे निसटण्याची कला
जाणत असूनही
फेकून दिला जातो
एखाद्या अग्निकुंडात
आणि मला बातमी देणारी
सगळी कबुतरं
कळत नाही दुसऱ्या कोणत्या पक्ष्याच्या
तावडीत सापडून
नाहीशी होतात
तू लिही कविता...

घटना परतीच्या प्रवासासाठी
मला बोलावतायत
मी तुझी साद बनून जाईन...
तू लिही कविता...!

डॉ. दामोदर खडसे

एम. ए., एम.एड., पीएच.डी (हिंदी)
बी-५०३-५०४, हाय ब्लिस, नऱ्हे रोड,
धायरी, पुणे ४११ ०४१
फोन - ०२०-२४१०४००६/९८५००८८४९६

प्रकाशित पुस्तके :

कादंबरी	:	'काला सूरज', 'भगदड़', 'खंडित सूर्य' आणि 'कोलाहल'
कथासंग्रह	:	'भटकते कोलंबस', 'पार्टनर', 'आखिर वह एक नदी थी', 'इस जंगल में', 'जन्मांतर गाथा' आणि 'संपूर्ण कहानियाँ'.
कवितासंग्रह	:	'अब वहाँ घोसले हैं', 'नदी कभी नहीं सूखती', 'जीना चाहता है मेरा समय', 'सन्नाटे में रोशनी', 'तुम लिखो कविता', 'रात' आणि 'अतीत नहीं होती नदी'
प्रवास वर्णन	:	'जीवित सपनों का यात्री' आणि 'एक सागर और'

मराठीतील १६ महत्त्वाच्या पुस्तकांचा हिंदी अनुवाद

शिवाजी सावंत, अभिराम भडकमकर, जयवंत दळवी यांची नाटके आणि दया पवार, राम नगरकर, लक्ष्मण माने, अरुण खोरे यांची आत्मचरित्रे– अशा पुस्तकांचा या अनुवादांत समावेश आहे.

पुरस्कार	:	'काला सूरज' कादंबरीसाठी राष्ट्रपती शंकरदयाळ शर्मा यांच्या हस्ते राष्ट्रीय साहित्य पुरस्कार
	*	या शिवाय केंद्रीय हिंदी निदेशालय, नवी दिल्ली, महाराष्ट्र राज्य हिंदी साहित्य अकादमी, मुंबई
	*	मध्य प्रदेश साहित्य परिषद, भोपाळ; विश्व हिंदी न्यास, न्यूयॉर्क; हिंदी साहित्य सम्मान, प्रयाग
	*	उत्तर प्रदेश हिंदी संस्थान, लखनौ आणि केंद्रीय हिंदी संस्थान, आग्रा अशा अनेक साहित्यिक व सांस्कृतिक संस्थांचे मानाचे पुरस्कार
इतर सन्मान	:	महाविद्यालये व विद्यापीठ स्तरावरील अभ्यासक्रमात विविध कथा, कवितांचा समावेश
	*	हिंदी सलाहकार समिती - भारत सरकार, केंद्रीय हिंदी समिती (अध्यक्ष, माननीय प्रधानमंत्री, भारत सरकार), बोर्ड ऑफ स्टडीज, पुणे विद्यापीठ... अशा अनेक मान्यवर संस्थांचे सदस्य आणि
	*	कार्याध्यक्ष - महाराष्ट्र राज्य हिंदी साहित्य अकादमी, मुंबई

आसावरी काकडे

बी.कॉम., एम.ए. मराठी, एम. ए. तत्त्वज्ञान

'सेतू' डी १/३, स्टेट बँक नगर, कर्वेनगर, पुणे ४११०५२

website - www.asavarikakade.com

प्रकाशित पुस्तके - कवितासंग्रह

मराठी : 'आरसा', 'आकाश', 'लाहो', 'मी एक दर्शनबिंदू', 'रहाटाला पुन्हा गती दिलीय मी', 'स्त्री असण्याचा अर्थ', 'उत्तरार्ध'

हिंदी : 'मौन क्षणों का अनुवाद', 'इसीलिए शायद'

अनुवादित : 'मेरे हिस्से की यात्रा' (स्वत:च्या निवडक मराठी कवितांचा हिंदी अनुवाद), बोल माधवी (चन्द्रप्रकाश देवल यांच्या 'बोलो माधवी' या हिंदी कविता संग्रहाचा मराठी अनुवाद) 'तरीही काही बाकी राहील' (विश्वनाथ प्रसाद तिवारी यांच्या कवितांचा अनुवाद), आणि 'लम्हा लम्हा' (दिप्ति नवल यांच्या 'लम्हा लम्हा' या कविता संग्रहाचा अनुवाद)

गद्य पुस्तके : 'कवितेभोवतीचं अवकाश' (लेखसंग्रह) आणि 'ईशावास्यम् इदं सर्वम... एक आकलन - प्रवास' (तत्त्वज्ञान)

पुरस्कार :
* 'आरसा' आणि 'मी एक दर्शनबिंदू' या संग्रहांना महाराष्ट्र राज्य पुरस्कार.
* एकूण लेखनासाठी गो. नी. दांडेकर स्मृति 'मृण्मयी' पुरस्कार
* 'इसीलिए शायद' - केंद्रीय हिंदी निदेशालय, नवी दिल्लीचा हिंदीतर भाषी हिंदी लेखक पुरस्कार
* 'मेरे हिस्से की यात्रा' - महाराष्ट्र राज्य हिंदी साहित्य अकादमीचा संत नामदेव पुरस्कार.
* 'बोल माधवी' - साहित्य अकादमी, नवी दिल्लीचा अनुवाद पुरस्कार, २००६

इतर सन्मान : सातवी ते एम. ए. पर्यंतच्या विविध वर्गांच्या अभ्यासक्रमात वरील संग्रहातील कवितांचा समावेश.
* आकाशवाणी, नवी दिल्लीतर्फे आयोजित सर्वभाषी कविसंमेलनात (२००२) मराठीचे प्रतिनिधित्व.
* हिंदी साहित्य संमेलन, प्रयाग (अलाहाबाद) द्वारा 'संमेलन सम्मान'